எங்கே இன்னொரு பூமி?

என்.ராமதுரை

40 ஆண்டுகளுக்கும் மேலாகப் பத்திரிகைத் துறையில் அனுபவம் கொண்டவர். பல அறிவியல் நூல்களையும் கட்டுரைகளையும் எழுதியுள்ளவர். அவரது இரு நூல்கள் விருது பெற்றவை. அறிவியல் எழுத்தாளர் என்ற முறையில் தேசிய விருது பெற்றவர்.

ராமதுரை 1953-ல் தினத்தந்தி நாளேட்டில் உதவி ஆசிரியராகச் சேர்ந்து பின்னர் நவமணி, தினமணி ஆகிய நாளேடுகளில் பணியாற்றியவர். ஆங்கிலச் செய்தி நிறுவனம் ஒன்றிலும் பணியாற்றியவர். தினமணியின் செய்தி ஆசிரியராக ஓய்வு பெற்றார்.

தினமணி நாளேடு 1988 முதல் 1992 வரை அறிவியலுக்கு என்றே தனி வார இதழை வெளியிட்டு, தமிழ்ப் பத்திரிகை உலகில் வரலாறு படைத்தது. ராமதுரை அந்த வார இதழின் பொறுப்பாசிரியராக இருந்தார். 1989-ல் அமெரிக்க அரசின் அழைப்பின் பேரில் அமெரிக்காவில் ஒரு மாதமும், கூடவே பிரிட்டிஷ் அரசின் அழைப்பின் பேரில் அந்த நாட்டில் 10 நாட்களும் சுற்றுப்பயணம் மேற்கொண்டார். நாடு திரும்பியதும் தன் சுற்றுப்பயணம் தொடர்பாக அவர் எழுதிய கட்டுரைகள் 'தினமணி கதிர்' வார இதழில் வெளியாகின.

செய்திப் பத்திரிகையாளராக, ஆப்கன் போரின் போதும் ஈராக் போரின் போதும் தினமணி நாளேட்டில் தொடர் கட்டுரைகளை எழுதினார்.

ஓய்வு பெற்ற பிறகு இவர் நாளேடுகளில் அறிவியல் தொடர்பான கட்டுரைகளை எழுதி வருகிறார். அறிவியல் கட்டுரைகளை எழுத வலைப்பதிவு ஒன்றையும் நடத்தி வருகிறார்.

ஆசிரியரின் நூல்கள்

- விண்வெளி: வியப்பு - விநோதம் - விசித்திரம்
- அணு: அதிசயம் - அற்புதம் - அபாயம்
- சூரிய மண்டல விந்தைகள்
- அறிவியல் : எது? ஏன்? எப்படி? (2 பாகங்கள்)
- செயற்கைக்கோள் எப்படி இயங்குகிறது?
- பூமி
- செவ்வாய்
- சூரியன்
- புதன்
- வெள்ளி
- சந்திரயான்
- கடல்

எங்கே இன்னொரு பூமி?

என் ராமதுரை

கிழக்கு

எங்கே இன்னொரு பூமி?

எங்கே இன்னொரு பூமி?

Enge Innoru Bhoomi

N. Ramadurai ©

First Edition: November 2017
104 Pages
Printed in India.

ISBN: 978-93-86737-28-1
Kizhakku - *1042*

Kizhakku Pathippagam
177/103, First Floor, Ambal's Building,
Lloyds Road, Royapettah, Chennai 600 014.
Ph: +91-44-4200-9603

Email : support@nhm.in | Website : www.nhm.in

 kizhakkupathippagam   kizhakku_nhm

Author's Email: nramadurai@gmail.com

Cover Image: Shutterstock ©

Kizhakku Pathippagam is an imprint of New Horizon Media Private
Limited

என் மனைவி ஞானாம்பாளுக்கு...

உள்ளே

1. எங்கே இன்னொரு பூமி?

*ம*னிதன் பல ஆண்டுக் காலமாகக் காதைத் தீட்டிக்கொண்டு அலைகிறான். விண்வெளியிலிருந்து ஏதாவது 'குரல்' கேட்கிறதா என்று தேடுகிறான். இந்தத் தேடலின் ஒரு பகுதியாகத்தான் சீனா இப்போது உலகிலேயே மிகப் பெரிய ரேடியோ டெலஸ்கோப் ஒன்றை நிறுவியுள்ளது. இது ஏற்கெனவே செயலுக்கு வந்துவிட்டது. அதன் நோக்கம் அண்டவெளியில் எங்கேனும் மனிதனைப் போன்றவர்கள் இருக்கிறார்களா என்று அறிவதே.

அண்மையில் ரஷ்ய கோடீஸ்வரர் யூரி மில்னர் 10 கோடி டாலர் (ரூ 640 கோடி) நன்கொடையை அறிவித்தார். அதன் நோக்கம் எங்கேனும் மனிதர்களைப் போன்றவர்கள், அதாவது வேற்றுலகவாசிகள் இருக்கிறார்களா எனத் தேடிக் கண்டுபிடிப்பதே.

மனிதர்களைப் போன்றவர்கள் வேறு ஏதேனும் கிரகத்தில் இருக்கிறார்களா? நிச்சயம் இருக்கவேண்டும் என்றே பல விஞ்ஞானிகளும் கருதுகின்றனர்.. ஆனால் அப்படியான வேற்றுலகவாசிகளைக் கண்டுபிடிப்பது எளிதல்ல. இதற்குக் காரணம் உண்டு. நாம் கற்பனைப் பயணமாக அண்டவெளிக்குச் சென்றால் இதை எளிதில் புரிந்துகொள்ளலாம்.

நீங்களும் நானும் ஒரு விண்கலத்தில் ஏறிக்கொண்டு பூமியிலிருந்து ஏதோ ஒரு திசையில் கிளம்புகிறோம். போய்க்கொண்டே இருக்கிறோம். பூமி நமது பார்வையிலிருந்து மறைகிறது. சுமார் எட்டாயிரம் கோடி கிலோ மீட்டர் தொலைவுக்குச் சென்ற பிறகு திரும்பிப் பார்க்கிறோம். சுற்றிலும் ஒரே கும்மிருட்டு. எவ்வளவு மாதங்கள் ஆனாலும் அதே கும்மிருட்டுதான். விண்கலத்துக்கு வெளியே கடும் குளிர். அத்துடன் ஆபத்தான கதிர்கள். அதுதான் அண்டவெளி.

அங்கிருந்து பார்த்தால். சூரியன் தெரியவில்லை. மிகத் தொலைவு வந்து விட்ட காரணத்தால் சூரியன் ஒரு சிறிய நட்சத்திரமாகத் தான் தெரியும் போலும். குறிப்பிட்ட திசையில் பார்க்கிறோம். நம்மிடம் உள்ள கருவிகளைக் கொண்டு ஆராய்ந்தால் அந்த நட்சத்திரம் நமது சூரியனாக இருக்கலாம் என்று தோன்றுகிறது. சூரியனைச் சுற்றுகின்ற பூமி உட்பட ஒன்பது கிரகங்களில் எதுவும் கண்ணுக்குப் புலப்படவில்லை.

நாம் பூமியிலிருந்து வந்திருக்கிறோம் என்பதைச் சற்றே மறந்து விட்டு சுற்றிலும் உள்ள எண்ணற்ற நட்சத்திரங்களை நோட்டம் விடுகிறோம். நட்சத்திரமாகக் காட்சி அளிக்கிற சூரியன் இருக்கிற திசையில் கையை நீட்டி அதோ அந்த நட்சத்திரத்தைச் சுற்றுகிற ஒரு கிரகத்தில் அதாவது பூமியில் உயிரினங்கள் உள்ளன என்று அங்கிருந்தபடி உறுதியாகச் சொல்ல முடியுமா? நிச்சயம் முடியாது.

இதிலிருந்து சில விஷயங்கள் புலனாகின்றன. சூரியனும் ஒரு நட்சத்திரமே என்பதை உணருகிறோம். மிகத் தொலைவுக்குச் சென்று விட்டால் பூமி இருக்கிற இடத்தையே கண்டுபிடிக்க முடியாது என்பது போலவே பூமியில் இருந்து கொண்டு பார்த்தால் எங்கோ இருக்கின்ற வேறு பூமிகளை எளிதில் கண்டறிய இயலாது என்பதையும் புரிந்து கொள்கிறோம். சூரியனுக்கு ஒரு பூமி இருப்பதைப்போலவே வேறு பல நட்சத்திரங்களுக்கும் பூமி மாதிரி கிரகங்கள் இருக்கலாம் என்பதும் புரிகிறது. அவ்விதம் எங்கோ இருக்கின்ற பூமிகளிலும் உயிரினம் இருக்கலாம்.

இயற்கையானது அண்டவெளியில் ஒரு 'மூலையில்' இருக்கின்ற பூமியை மட்டும் விசேஷமாகத் தேர்ந்தெடுத்து மனிதன் உட்பட உயிரினங்களை உண்டாக்கியுள்ளதாகக் கருத முடியாது. இயற்கைக்கு அவ்விதமான பாரபட்சம் இருக்க முடியாது.

பூமியை எடுத்துக்கொண்டால் உயிரினங்கள் நிலப் பகுதியில் இருக்கின்றன.. தரைக்கு அடியில் இருக்கின்றன. தரைக்கு மேலும் இருக்கின்றன. கடல்களிலும் இருக்கின்றன. சுட்டெரிக்கும் பாலைவனங்களிலும் உள்ளன. பனிக்கட்டியால் மூடப்பட்டு கடும் குளிர் வீசுகின்ற அண்டார்டிகாவின் பாதாள ஏரிகளிலும் இருக்கின்றன. கண்ணுக்கே தெரியாத நுண்ணுயிர் களில் தொடங்கி ராட்சத திமிங்கலங்கள் வரையிலான இந்தப் பல்வகையான உயிரினங்களை யாரும் ஒரே நாளில் உண்டாக்கி விடவில்லை. கடந்த பல நூறு கோடி ஆண்டுகளில் பரிணாம வளர்ச்சி மூலம் இவை உண்டாகின.

பூமியில் உள்ள சூழ்நிலைகள் வேறு எங்கேனும் உள்ள ஒரு கிரகத்தில் இருக்குமானால் அங்கும் இதேபோன்று பலவகை யான உயிரினங்கள் இருக்க முடியும். ஆனால் அவற்றை நம்மால் இதுவரை கண்டுபிடிக்க முடியவில்லை. நமக்குத் தெரிய வில்லை என்பதால் பூமி தவிர வேறு எங்கும் உயிரின வகைகள் கிடையாது என்று அடித்துக் கூறுவது அறிவுடைமை ஆகாது.

நாம் இதுவரை பூமியிலிருந்து வெளியேபோய் எங்கும் பார்க்க வில்லை. அதனால் நமக்குத் தெரியவில்லை. நாம் பூமியின் கைதிகளாக வாழ்ந்து வந்துள்ளோம். விண்வெளி யுகம் பிறந்ததற்குப் பிறகுதான் நமக்குக் கால் முளைத்தது. மனிதன் சந்திரனுக்குப் போய்விட்டு வந்திருக்கிறான். ஆனாலும் நாம் பூமியின் பிடியிலிருந்து விடுபட்டு வெளியே சென்றதாகக் கூற முடியாது. ஏனெனில் சந்திரனும் பூமியின் பிடிக்குள் தான் இருக்கிறது. ஆகவேதான் அது பூமியைச் சுற்றி வருகிறது. வருகிற நாட்களில் செவ்வாய்க்குச் செல்கின்றவர்கள்தான் பூமியிலிருந்து விடுபட்டுச் செல்கின்ற முதல் நபர்களாக இருப்பர்.

பூமிக்கு அப்பால் உள்ள கிரகங்களுக்கு மனிதன் சென்றது கிடையாது என்றாலும் மனிதன் அனுப்பிய பல ஆளில்லா விண்கலங்கள் சென்று ஆராய்ந்துள்ளன. புளூட்டோ ஒன்றுதான் பாக்கியாக இருந்தது. நாஸா அனுப்பிய நியூ ஹொரைசன்ஸ் என்னும் ஆளில்லா விண்கலம் ஒன்பது ஆண்டுப் பயணத்துக்குப் பிறகு இப்போது புளூட்டோவை ஆராய்ந்து தகவல்களையும் படங்களையும் அனுப்பியுள்ளது. பூமியிலிருந்து புளூட்டோ உள்ள தூரம் சுமார் 500 கோடி கிலோ மீட்டர். கிட்டத்தட்ட சூரிய மண்டலத்தின் எல்லை.

இது சனி கிரகத்தைச் சுற்றி வந்த காசினி விண்கலம் 120 கோடி கிலோ மீட்டர் தொலைவிலிருந்து அனுப்பிய படம்..இதில் பூமியானது வலது புறத்தில் சிறு புள்ளியாகத் தெரிகிறது. இதிலிருந்து பல ஆயிரம் கோடி தொலைவில் உள்ள கிரகங்கள் ஏன் தென்படுவதில்லை என்பதைப் புரிந்து கொள்ளலாம்.

சூரிய மண்டலத்துக்கும் அப்பால் மிக விஸ்தாரமான அண்டவெளி உள்ளது. அந்த அண்டவெளியில் சூரியன் மாதிரியில் கோடானு கோடி நட்சத்திரங்கள் உள்ளன. இவற்றில் பலவற்றுக்கும் கிரகங்கள் உள்ளன என்பது ஏற்கெனவே கண்டுபிடிக்கப் பட்டுள்ளது. இரவில் நாம் காணும் நட்சத்திரங்களிலிருந்து ஒளி மட்டுமல்லாமல் பலவகையான கதிர்களும் வெளிப்பட்டுக் கொண்டிருக்கின்றன. ரேடியோ அலைகளும் அவற்றில் அடங்கும். இயற்கையாகத் தோன்றும் அந்த ரேடியோ அலைகள் காலம் காலமாக பூமிக்கு வந்து கொண்டிருக்கின்றன. அவற்றை நம்மால் கண்ணால் காண முடியாது.

இயற்கையாகத் தோன்றும் ரேடியோ அலைகளைப்போலவே செயற்கையாக ரேடியோ அலைகளை உண்டாக்க மனிதன் கற்றுக் கொண்டுள்ளான்...

நட்சத்திரங்களிலிருந்து வருகின்ற ரேடியோ அலைகளைப் பெற்று ஆராய்வதற்காக பெரிய பெரிய ஆண்டெனாக்களைக் கொண்ட ரேடியோ டெலஸ்கோப்புகள் ஏற்கெனவே செயல்பட்டு வருகின்றன. ஏதோ ஒரு நட்சத்திரத்தின் அருகே இருக்கின்ற கிரகத்தில் வாழக்கூடிய புத்திசாலி மனிதர்கள் ரேடியோ அலைகள் வடிவில் செய்திகளை அனுப்பினால் அவற்றையும் அந்த டெலஸ்கோப்புகள் மூலம் பெற முடியும். நட்சத்திரங்களி லிருந்து வருகிற ரேடியோ அலைகளுக்கும் வேற்றுக்கிரக புத்திசாலி மனிதர்கள் அனுப்பும் ரேடியோ அலைகளுக்கும் இடையே வித்தியாசம் உண்டு. ஆகவேதான் அண்டவெளியி லிருந்து வித்தியாசமான சிக்னல்கள் வருகிறதா என்று விஞ்ஞானிகள் தேடி வருகிறார்கள்.

2. செவ்வாய் கிரகத்தின்
'பச்சை நிற மனிதர்கள்'

வ ருடம் 1938. அக்டோபர் மாதம் 30 ஆம் தேதி.ஞாயிற்றுக் கிழமை இரவு சுமார் எட்டு மணி. அமெரிக்காவில் என்.பி.சி என்னும் ரேடியோவில் ஒரு பிரபல நிகழ்ச்சி. அதைக் கேட்டு முடித்தவர்கள் அடுத்ததாக சி.பி.எஸ் ரேடியோவின் நிகழ்ச்சிக்கு மாறுகின்றனர். அதில் ஏற்கெனவே நிகழ்ச்சி தொடங்கி விட்டிருந்தது.

அந்த அலைவரிசையில் செய்தி அறிவிப்புகள்போல அடுத்தடுத்து முக்கிய அறிவிப்புகள் வெளியாகிக் கொண்டிருந்தன.

'செவ்வாய் கிரகவாசிகள் நியூயார்க்கில் இறங்கி தாக்குதல் நடத்துகின்றனர். விஷப் புகையை வீசி மக்களைக் கொன்று கொண்டிருக்கின்றனர். 7000 ராணுவப் படையினர் இதுவரை மடிந்து விட்டனர். சிகாகோ, செயிண்ட் லூயி உட்பட பல

நகரங்களும் தாக்குதலுக்கு உள்ளாகியுள்ளன.' மேலும் சிறிது நேரம் இப்படியாக அறிவிப்புகள் வெளியாகின்றன.

இதைக் கேட்டவர்கள் நிஜமாகவே செவ்வாய் கிரகவாசிகள் பூமிமீது படையெடுத்து விட்டதாக நினைத்து அலறியடித்துக் கொண்டு பதுங்குமிடங் களை நோக்கி ஓடினர். கார் ரேடியோவில் இந்த அறிவிப்பு களைக் கேட்டவர்கள் ஆங்காங்கு கார்களை நிறுத்தி

எட்கார் ரைஸ்பரோ

விட்டு எங்காவது பதுங்குவதற்குப் பாய்ந்தனர். பல நகரங்களில் ஒரே பீதி.

சில நிமிஷங்களுக்குப் பின்னர்தான் இது ஒரு ரேடியோ நாடகத்தின் எடுப்பான ஆரம்பம் என்று அவர்களுக்குப் புரிகிறது. மெதுவாக ஆங்காங்கு சகஜ நிலை திரும்புகிறது.

செவ்வாயிலிருந்து பூமி மீது படையெடுப்பு நடப்பதுபோல இங்கிலாந்தைச் சேர்ந்த பிரபல நாவலாசிரியர் எச்.ஜி.வெல்ஸ் 1897 ஆம் ஆண்டில் ஒரு கதை எழுதினார். அமெரிக்காவைச் சேர்ந்த பிரபல டைரக்டரும் நடிகருமான ஆர்சன் வெல்ஸ் அந்தக் கதையைத்தான் ரேடியோ நாடகமாக்கியிருந்தார். அதன் தொடக்கமானது செய்தி அறிவிப்புகள் பாணியில் இருந்தன. அதன் விளைவாகத்தான் பெரும் பீதி ஏற்பட்டது. இதனால் பலரும் பலவித இன்னல்களுக்கு உள்ளானார்கள். ஆர்சன் வெல்ஸ் பின்னர் இது குறித்து வருத்தம் தெரிவித்தார்.

இந்தச் சம்பவம் இரண்டு விஷயங்களைக் காட்டியது. செவ்வாய் கிரகத்தில் யாரோ இருக்கிறார்கள் என்று மக்கள் கருதினர். செவ்வாய் கிரகவாசிகளால் பூமி மீது படையெடுக்க முடியும் என்று அவர்கள் நம்பினர். அதன் விளைவாகவே ரேடியோ

நாடகத்தில் வெளியான அறிவிப்புகளை அவர்கள் நிஜம் என நினைத்தார்கள்.

கிட்டத்தட்ட சுமார் 100 ஆண்டுகளுக்கு முன்னர் அமெரிக்காவில் வெள்ளி, செவ்வாய், சந்திரன் அல்லாமல் கற்பனையான கிரகங்களில் நிகழ்வதாகக் கூறும் நாவல்களும், சினிமாப் படங்களும் மிக நிறையவே வந்தன. இவற்றில் பலவும் பூமி மீது வேற்றுலகவாசிகள் படையெடுப்பதுபோல அமைந்திருந்தன.

எனவே பூமிமீது வேற்றுலகவாசிகள் ஒருவேளை படையெடுத்துத் தாக்க வாய்ப்பு உள்ளதாக அமெரிக்காவில் பலரும் நினைக்க ஆரம்பித்தனர்

செவ்வாய் கிரகத்தில் பச்சை நிற மனிதர்கள் இருப்பதாகவும் எண்ணம் ஏற்பட்டது! அது எப்படி?

டார்ஸான் பற்றித் தெரியாதவர்கள் இருக்க முடியாது. டார்ஸான் படக் கதை, டார்ஸான் காமிக்ஸ் (படக்கதை புத்தகம்) டார்ஸான் சினிமா என நிறையவே உண்டு. டார்ஸான் கதாபாத்திரத்தை உருவாக்கியவர் அமெரிக்காவைச் சேர்ந்த எட்கார் ரைஸ்பரோ ஆவார்.

ராணுவ அதிகாரிகள் பயிற்சிக் கழகத்தில் சேர முடியாமல் போன பின் அவர் ஏதேதோ வேலையில் சேர்ந்து பின்னர் எழுத்தாளரானார்.

ரைஸ்பரோவின் முதல் நாவலே செவ்வாய் கிரகத்தைப் பற்றியதுதான். 'செவ்வாய் கிரகத்தின் சந்திரன்கள்' என்பது அதன் தலைப்பு. முதலில் அது ஒரு வார சஞ்சிகையில் தொடராக வெளிவந்தது. பின்னர் அது 'செவ்வாயின் இளவரசி' என்ற தலைப்பில் புத்தகமாக வெளிவந்தது. செவ்வாய் கிரகத்தை மையமாக வைத்து மட்டும் அவர் சுமார் 10 புத்தகங்களை எழுதினார்.

செவ்வாய் பற்றிய தமது முதல் நாவலில் ரைஸ்பரோ செவ்வாய் கிரகத்தில் மனிதர்கள் இருப்பதாகவும் அவர்கள் பச்சை நிறத்தில் இருப்பதாகவும் வருணிப்பார். காலப்போக்கில் செவ்வாய் பற்றிய சினிமாப் படங்களிலும் செவ்வாய் 'மனிதர்கள்' பச்சை நிறத்தில் காட்டப்பட்டனர். படக்கதைகள் மற்றும் சினிமாப் படங்களின் விளைவாக செவ்வாயில் மனிதர்கள் இருக்கின்றனர்

என்றும் அவர்கள் பச்சை நிறத்தவர் என்றும் மேற்கத்திய நாடுகளில் மக்களிடையே ஆழ்ந்த கருத்து வேரூன்றியது.

சுமார் 200 ஆண்டுகளுக்கு முன்னர் விஞ்ஞானிகளில் சிலரும் வேறு கிரகங்களில் மனிதனைப் போன்றவர்கள் இருக்கலாம் என்று நம்பினார்கள். சிலர் அக்கருத்தை பகிரங்கமாக வெளியிட்டனர். சிலர் அக்கருத்துகளை வெளியிடத் தயங்கினர்.

அப்படியான விஞ்ஞானிகளில் ஒருவர் சர் வில்லியம் ஹெர்ஷல் (1738-1822). இங்கிலாந்தைச் சேர்ந்த ஹெர்ஷல் மாபெரும் விஞ்ஞானிகளில் ஒருவர். அவர் டெலஸ்கோப் மூலம் 1781 ஆம் ஆண்டில் யுரேனஸ் கிரகத்தைக் கண்டுபிடித்தார்.

ஹெர்ஷல் சொந்தமாக பல டெலஸ்கோப்புகளை உருவாக்கியவர். அவர் வடிவமைத்த டெலஸ்கோப் ஒன்று அக்காலகட்டத்தில் உலகில் வேறு எங்கும் இல்லாத அளவுக்கு மிகப் பெரியதாக இருந்தது. கிரகங்களையும் நட்சத்திரங்களையும் தமது டெலஸ்கோப் மூலம் ஆராய்ந்த அவர் சந்திரனையும் ஆராய்ந்தார்.

சந்திரனில் வட்ட வடிவிலான சிறிய டவுன்கள் உள்ளதாகவும் அவற்றில் மக்கள் இருப்பதாகவும் அவர் கருதினார். ஹெர்ஷல் அவர்களை லுனாரியன்ஸ் என்று வருணித்தார். அவர் சந்திரனோடு நிறுத்திக்கொள்ளவில்லை. சூரியனிலும் மனிதர்களைப் போன்றவர்கள் இருக்கலாம் என்று நம்பினார்.

ஆனால் வேற்றுலகவாசிகள் பற்றிய தமது கருத்துகளை ஹெர்ஷல் தமது குறிப்புகளில் எழுதி வைத்தாரே தவிர, பகிரங்கமாக அறிவிக்கவில்லை. பின்னர்தான் அவை தெரியவந்தன.

சமகாலத்தவரான ஜெர்மன் வானவியல் விஞ்ஞானி குருய்த்தூசியன் தமது டெலஸ்கோப் மூலம் சந்திரனை ஆராய்ந்தபோது சந்திரனில் ஓரிடத்தில் கட்டடங்களும் தெருக்களும் இருப்பதாக அவருக்குத் தோன்றியது. அந்த நகருக்கு அவர் வால்வெர்க் என்று பெயரிட்டார்.

வெள்ளி கிரகத்தையும் ஆராய்ந்த அவர் அக்கிரகம் சூரியனுக்குச் சற்றே அருகாமையில் இருப்பதால் பூமியில் பிரேசில் நாட்டில் இருப்பதைக் காட்டிலும் வெள்ளியில் மிக அடர்ந்த காடுகள் இருந்தாக வேண்டும் என்றார். அவரது கருத்துகள் அடங்கிய நூல் 1824 ஆம் ஆண்டில் வெளியாகியது.

இவர்களுக்கு முன்னதாக வாழ்ந்த பிரெஞ்சு விஞ்ஞானி போண்டெனெல்லி 1486 ஆம் ஆண்டில் எழுதுகையில் வெள்ளி கிரகத்தில் வாழும் வேற்றுலகவாசிகள் கருப்பு நிறத்தவர்களாக இருப்பர் என்றார். அவர்கள் இசையிலும் கவிதையிலும் அதிக நாட்டம் உள்ளவர்களாக இருப்பர் என்றும் அவர் கூறினார்.

இத்தாலியைச் சேர்ந்த நிக்கோலஸ் குசானஸ் 1439 ஆம் ஆண்டில் எழுதுகையில் சூரியனில் வசிப்போர் அதி புத்திசாலிகளாக இருப்பர் என்றார். சந்திரனில் இருப்பவர்கள் மரை கழன்றவர்களாக இருப்பர் என்று குறிப்பிட்டார். இவை எல்லாமே அறிவியல் ஆராய்ச்சி என்ற பெயரில் கூறப்பட்டவை.

ஆனால் விண்வெளி யுகம் தொடங்கி பல்வேறு கிரகங்களுக்கும் ஆளில்லா விண்கலங்களை அனுப்பி ஆராய்ந்தபோது சூரிய மண்டலத்தில் உள்ள ஒன்பது கிரகங்களில் பூமியைத் தவிர வேறு எங்கும் மனிதனைப் போன்றவர்கள் இல்லை என்பது தெரிய வந்தது. பூமியில் மட்டும் மனிதன் உட்பட பல்வகையான உயிரினங்கள் இருப்பதற்கு பூமியில் உள்ள விசேஷ நிலைமைகளே காரணம்.

3. பூமி அப்படி என்ன ஓசத்தி?

நல்ல குளிர் காலத்தில் காட்டுப் பகுதியில் இரவில் குளிர் காய்வதற்காக சுள்ளிகளைப் போட்டு தீ மூட்டுவர். அதைச் சுற்றிலும் கும்பலாகப் பலர் உட்கார்ந்திருப்பர். மிக அருகில் உட்கார்ந்தால் சூடு அதிகம் தாக்கும் என்று அவர்களுக்குத் தெரியும். மிகவும் தள்ளி உட்கார்ந்தால் இதமான வெப்பம் கிடைக்காது. எனவே இதமான வெப்பம் கிடைக்கின்ற அளவுக்கு உகந்த தூரத்தில் உட்கார்ந்திருப்பார்கள்.

பூமியும் சரி, 'குளிர் காய்வதற்கு' சூரியனிலிருந்து உகந்த தூரத்தில் அமைந்திருக்கிறது. ஆனால் புதனும் வெள்ளியும் சூரியனுக்கு அருகாமையில் உள்ளன. செவ்வாய் கிரகம் சற்றே தள்ளி அமைந்துள்ளது.

முதலில் நாம் சூரிய மண்டல அமைப்பு பற்றிக் கவனிப்பது நல்லது. ஒரு காகிதத்தில் ஒரு புள்ளி வையுங்கள். அதுதான் சூரியன். அந்தப் புள்ளியைச் சுற்றி நெருக்கமாக ஒரு சிறிய வட்டம் போடுங்கள். புதன் கிரகம் அந்த வட்டத்தில் அமைந்த படியாக சூரியனைச் சுற்றுகிறது. முதல் வட்டத்தைச் சுற்றி

இன்னொரு வட்டம் போடுங்கள். அதுதான் வெள்ளி கிரகத்தின் சுற்றுப்பாதை. அதைச் சுற்றி இன்னொரு வட்டம் போடுங்கள். அந்த வட்டத்தில்தான் பூமி அமைந்துள்ளது. நான்காவது வட்டத்தில் செவ்வாய் கிரகம்.

மேலும் வட்டங்களைப் போடலாம். ஐந்து முதல் ஒன்பது வரையிலான வட்டங்களில்தான் வியாழன், சனி, யுரேனஸ், நெப்டியூன், புளூட்டோ ஆகியவை அமைந்துள்ளன. இந்த ஐந்துமே பனிக்கட்டி அடங்கிய வாயு உருண்டைகள். இவை எல்லாமே சூரியனிலிருந்து மிகத் தொலைவில் இருப்பவை.

பூமியிலிருந்து பார்த்தால் சூரியன் 25 பைசா சைசில் தெரிவதாக வைத்துக்கொண்டால் வியாழன் கிரகத்திலிருந்து பார்க்கும் போது சூரியன் மிளகு சைசில்தான் தெரியும். வியாழனில் வெயில் சிறிதும் உறைக்காது. எனவேதான் வியாழனும் அதற்கு அப்பால் உள்ள கிரகங்களும் பனிக்கட்டி உருண்டைகளாக உள்ளன.

மாறாக புதன், வெள்ளி, பூமி, செவ்வாய் ஆகியவற்றைப் பாறைக் கோள்கள் என்று சொல்வர். அதாவது இந்த நான்கிலும் தரை உண்டு. மண் உண்டு. மலைகள், பள்ளத்தாக்குகள் ஆகியனவும் உண்டு.

பூமியில் உயிரினம் தோன்றுவதற்குக் காரணமான மற்ற உகந்த சூழ்நிலைகளைக் கவனிப்போம். பூமியில் போதுமான அடர்த்தி கொண்ட காற்று மண்டலம் உள்ளது. இந்தக் காற்று மண்டலம் தான் சூரியனிலிருந்து வருகின்ற ஆபத்தான எக்ஸ் கதிர்களைத் தடுத்து உயிரினத்தைக் காப்பாற்றுகிறது. உயிரினத்துக்குத் தீங்கு விளைவிக்கக்கூடிய சிலவகை புற ஊதாக் கதிர்களையும் காற்று மண்டலம் தடுக்கிறது. விண்வெளியிலிருந்து வருகின்ற கதிர்வீச்சிலிருந்தும் நம்மை இந்தக் காற்று மண்டலம் காக்கிறது.

மூன்றாவதாக பூமியில் உயிரினத்துக்குத் தேவையான தண்ணீர் இருக்கிறது. பூமியின் மேற்பரப்பில் 71 சதவிகிதம் கடல்களால் ஆனது. தண்ணீரானது துருவப் பகுதிகளில் பனிக்கட்டி வடிவில் உள்ளது. காற்றில் ஆவி வடிவில் உள்ளது. பூமியின் நிலப் பகுதிகளில் ஆறுகளாக ஓடுகிறது. பூமி ஒன்றில்தான் நீர் வடிவிலும் பனிக்கட்டி வடிவிலும் ஆவி வடிவிலும் தண்ணீர் இருக்கிறது.

நான்காவது சாதக அம்சம் பூமியின் பருமன். பூமி தகுந்த பருமன் கொண்டதாக உள்ளதால் அதற்கு சரியான ஈர்ப்பு சக்தி உள்ளது. அவ்விதம் ஈர்ப்பு சக்தி உள்ளதால்தான் பூமி தனது காற்று மண்டலத்தை இழக்காமல் கெட்டியாகப் பிடித்து வைத்துக் கொண்டுள்ளது.

ஐந்தாவது அம்சம் பூமியின் சுழற்சி வேகம். பூமி தனது அச்சில் உகந்த வேகத்தில் சுற்றுவதால்தான் பூமியில் பொதுவில் கடும் குளிரோ கடும் வெப்பமோ இல்லை. இல்லத்தரசிகள் நெருப்பில் அல்லது தணலில் அப்பளம் சுடும்போது அப்பளம் தீய்ந்து விடாமல் இருக்க அதைத் தக்கபடி திருப்பிப் போடுவார்கள். பூமியின் சுழற்சி வேகம் அந்த அளவில் உள்ளது. இத்துடன் ஒப்பிட்டால் சந்திரனில் 14 நாள் பகல். 14 நாள் இரவு.

ஆறாவது அம்சம் பூமியின் காந்தப் புலம். சூரியனிலிருந்து வரும் ஆபத்தான துகள்கள் பூமியைத் தாக்காதபடி இந்தக் காந்தப் புலம் தடுக்கிறது. மேலே கூறிய அம்சங்கள் அனைத்தும் சேர்ந்து பூமியில் உயிரினம் தோன்றித் தழைக்க உதவியுள்ளன.

வியாழன் உள்ளிட்ட ஐந்து பனிக்கட்டி உருண்டைகளும் உயிரினத்துக்கு உகந்த சூழல்களைக் கொண்டவை அல்ல. மீதியுள்ள புதன், வெள்ளி, செவ்வாய் ஆகிய கிரகங்களில் உள்ள நிலைமைகளைக் கவனிப்போம்.

புதன் கிரகம் சூரியனுக்கு மிக அருகில் அமைந்துள்ளது. எனவே பகல் வேளையில் அதிக பட்ச வெப்பம் 430 டிகிரி செல்சியஸ். இரவாக உள்ள பகுதியில் குளிர் மைனஸ் 170 டிகிரி செல்சியஸ். புதன் கிரகத்தில் உயிரினம் கிடையாது என்பதில் வியப்பில்லை. தவிர, புதன் கிரகத்தில் அநேகமாகக் காற்று மண்டலம் கிடையாது.

வெள்ளி கிரகத்துக்கு ஜோசிய சாஸ்திரத்தில் சுக்கிரன் என்று பெயர். சுக்கிரன் என்றாலே சுக்கிர தசைதான் நினைவுக்கு வரும். ஆனால் வெள்ளி கிரகத்துக்கு சுக்கிர தசை அடிக்கவில்லை. மாறாக நிரந்தர 'சனி தசை' தான். வெள்ளி கிரகத்துக்கு கடந்த காலத்தில் ரஷ்யாவும் அமெரிக்காவும் அனுப்பிய ஆளில்லா விண்கலங்கள் 'அமுக்குப் பிசாசு' அழுத்தியதுபோல நொறுங்கின. வெள்ளி கிரகத்தில் நிலவும் பயங்கரக் காற்றழுத்தமே அதற்குக் காரணம். அது போதாதென வெள்ளியில் எந்த இடமானாலும் வெப்பம் 460 டிகிரி செல்சியஸ் அளவில் உள்ளது. வெள்ளிக்

கிரகம் ஒரு அக்கினிக் குண்டம். இது போதாதென வானிலிருந்து அமில மழை பெய்கிறது.

சூரியனிலிருந்து தள்ளி நான்காவதாக அமைந்த செவ்வாயில் வெயில் தாக்கம் குறைவு. மெல்லிய காற்று மண்டலம் உள்ளது. தண்ணீர் கிடையாது. வடிவில் பூமியைவிடச் சிறியது என்பதால் காற்று மண்டலத்தை இழுத்துப் பிடித்து வைத்துக்கொள்ள இயலவில்லை. இன்னமும் அது தனது காற்று மண்டலத்தைக் கொஞ்சம் கொஞ்சமாக இழந்து வருகிறது. செவ்வாயின் துருவப் பகுதியில் பனிக்கட்டிகள் உண்டு என்றாலும் காற்று மண்டல அடர்த்தி இன்மை காரணமாக செவ்வாயில் பனிக்கட்டிகள் உருகி நீராக மாறாமல் நேரடியாக ஆவியாக மாறுகின்றன. சூரிய மண்டலத்தில் பூமிக்கு வெளியே குறைந்தது நுண்ணுயிர்கள் இருக்க வாய்ப்புகொண்ட ஒரே கிரகம் செவ்வாய்தான். ஆனால் இதுவரை தேடியதில் செவ்வாயில் நுண்ணுயிர்கள் கூட இல்லை.

ஆக, சூரிய மண்டலத்தில் உள்ள கிரகங்களில் பூமியைத் தவிர வேறு எந்தக் கிரகத்திலும் உயிரினம் கிடையாது.

பூமி பெற்றுள்ள விசேஷ சாதகங்களால் பூமியில் உயிரினம் தோன்றியதாகக் கூறலாம். அப்படியானால் சூரிய மண்டலத்துக்கு அப்பால் எங்கோ இருக்கின்ற ஒரு நட்சத்திரத்தைச் சுற்றுகின்ற ஒரு கிரகம் பூமி போன்று அதே சாதக நிலைமைகளைப் பெற்றிருப்பதாக வைத்துக்கொள்வோம். அப்படியான கிரகத்தில் உயிரினம் இருக்குமா? இருக்கலாம். ஆனாலும் உறுதியாகச் சொல்ல முடியாது.

புதன் கிரகத்திலும் சந்திரனிலும் உள்ளதுபோல பூமியில் கொடூர வெயில் இல்லை. அதே சமயம் கொடூரக் குளிரும் இல்லை.;

பூமியின் துணைக்கோளான சந்திரனும் பூமியைப்போலவே சூரியனிலிருந்து உகந்த தொலைவில்தான் உள்ளது. ஆனால் பூமியில் உள்ளது போன்று சந்திரனில் காற்று மண்டலம் இல்லை.

பூமியின் இன்னொரு சாதக அம்சம் போதுமான அளவில் உள்ள காற்று மண்டலம்.

4. சூரியன் மாதிரியில் ஒரு நட்சத்திரம்

நமது சூரிய மண்டலத்தில் பூமியைத் தவிர, வேறு (செவ்வாய் உட்பட) எந்தக் கிரகத்திலும் மனிதர்கள் அல்லது மனிதர்கள் மாதிரியில் யாரும் கிடையாது. இது தெளிவு. எனினும் சூரிய மண்டலத்துக்கு அப்பால் எங்கோ இருக்கின்ற சூரியன் போன்ற ஒரு நட்சத்திரத்தைச் சுற்றுகின்ற கிரகத்தில் மனிதர் மாதிரியானவர்கள் அதாவது வேற்றுலகவாசிகள் இருக்கலாம். அதாவது அந்த நட்சத்திரம் சூரியன் மாதிரியில் இருந்தாக வேண்டும். ஆகவே நாம் அந்த மாதிரி நட்சத்திரத்தைத் தேடியாக வேண்டும்.

நிலவற்ற நாளில் நீங்கள் இரவு வானைக் கவனித்தால் எண்ணற்ற நட்சத்திரங்கள் தெரியும். சென்னை, கோவை, திருச்சி போன்ற நகரங்களில் இருந்துகொண்டு வானை நோக்கினால் அவ்வள வாக நட்சத்திரங்கள் தெரியாது. நகரில் உள்ள தெரு விளக்குகள், கார்களின் விளக்குகள் மற்றும் விளம்பரப் பலகைகள் ஆகியவற்றின் வெளிச்சத்தில் ஒரு பகுதி வானை நோக்கியும்

செல்கிறது. அந்த வெளிச்சமானது நகரங்களுக்கு மேலே காற்றில் உள்ள தூசியால் சிதறடிக்கப்படுகிறது. எனவே வானத்து நட்சத்திரங்கள் தெளிவாகத் தெரியாதபடி அது மறைக்கிறது.

ஆகவே வான் காட்சியைக் காண முதலில் அமாவாசை நாளில் ஒரு கிராமத்துக்குச் செல்ல வேண்டும். பின்னர் அக்கிராமத்தி லிருந்து தள்ளி வெளியேபோய் சிறிதுகூட வெளிச்சம் இல்லாத இடத்தை அடைந்து இருட்டுக்குக் கண்கள் பழகிக்கொண்ட பின்னர் வானை நோக்க வேண்டும். பெரிய கருப்பு நிற வெல்வெட் துணியில் ஏராளமான வைரக் கற்களை பரப்பியது போன்று வானில் எண்ணற்ற நட்சத்திரங்கள் தெரியும். இது அற்புதக் காட்சியாக இருக்கும். ஒரு தடவை இக்காட்சியைக் கண்டு ரசித்தால் இன்னொரு தடவை வந்து பார்க்க வேண்டும் என்றும் தோன்றும். முடிந்தால் ஒரு தடவையாவது பாருங்கள்.

இந்த நட்சத்திரங்கள் அனைத்தும் கிட்டத்தட்ட 'சூரியன்' போன்றவையே. இவை மிகவும் தொலைவில் இருப்பதால் நட்சத்திரங்களாகத் தெரிகின்றன. சூரியன் என்கிற நட்சத்திரம் நமக்கு 'அருகில்' (சுமார் 15 கோடி கிலோ மீட்டர் தொலைவில்) இருப்பதால் நமக்கு சூரியனாகத் தெரிகிறது.

இரவு வானில் தெரிகின்ற நட்சத்திரங்கள் அனைத்தும் ஒரே மாதிரியானவை அல்ல. வெறும் கண்ணால் பார்த்தாலே வித்தியாசம் தெரியும். சில நட்சத்திரங்கள் பளீரென சற்றே நீல நிறத்தில் தெரிகின்றன. சில நட்சத்திரங்கள் வெண்மையான ஒளியுடன் காட்சி அளிக்கின்றன. சிவப்பு கலந்த ஆரஞ்சு நிற நட்சத்திரங்கள் உண்டு. சில நட்சத்திரங்கள் சிவப்பாகத் தெரியும். நட்சத்திரங்களின் வெளிப்புற வெப்பத்தைப் பொருத்து அவற்றின் நிறம் மாறுபடுகிறது.

பருமனைப் பொருத்தும் நட்சத்திரங்கள் வித்தியாசப்படுகின்றன. சில நட்சத்திரங்கள் பூதாகாரமானவை. அவை நமது சூரியனைப் போல பல மடங்கு பெரியவை. நட்சத்திரங்கள் அனைத்தும் ஒரே வயது கொண்டவையும் அல்ல. சில நட்சத்திரங்கள் மிக நீண்ட ஆயுளைக் கொண்டவை. நமது சூரியன் மிக நீண்ட ஆயுளைக் கொண்டது. சூரியனுடன் ஒப்பிட்டால் பல நட்சத்திரங்கள் 'அல்பாயுசு' கொண்டவையே.

ஒரு நட்சத்திரத்தின் பருமனுக்கும் அதன் ஆயுளுக்கும் தொடர்பு உள்ளதாக விஞ்ஞானிகள் கண்டறிந்துள்ளனர். வானில் உள்ள திருவாதிரை நட்சத்திரம் வடிவில் மிகப் பெரியது. ஆனால் அது குறைந்த ஆயுளைக் கொண்டது. கேட்டை நட்சத்திரமும் அப்படிப் பட்டதே. திருவாதிரையும் கேட்டையும் ஜோசியத்தில் வருகின்ற நட்சத்திரங்களாயிற்றே என்று கேட்கலாம். உண்மையில் அந்தப் பெயர்களைக் கொண்ட நட்சத்திரங்கள் வானில் இருக்கின்றன.

திருவாதிரையும் கேட்டையும் வடிவில் பெரிதாகவும் சிவந்த நிறத்துடனும் காணப்படுவதால் இந்த இரண்டு நட்சத்திரங் களுக்கும் 'செம்பூதம்' என்ற பட்டப் பெயர் உண்டு.

சூரியன் நீண்ட ஆயுளைக் கொண்டது என்று கூறினோம். சூரியன் தோன்றி சுமார் 454 கோடி ஆண்டுகள் ஆகின்றன. பூமியும் மற்ற கிரகங்களும் சூரியன் தோன்றியபோதே உண்டானவை. ஆகவே பூமியின் வயதும் அதேதான். சூரியன் இன்னும் 500 கோடி ஆண்டுகளுக்கு இருக்கும்.

திருவாதிரை நட்சத்திரம் சூரியனைப்போல 20 முதல் 30 மடங்கு பெரியது. சூரியனைப்போல ஒரு லட்சம் மடங்கு பிரகாசமானது. மிகத் தொலைவில் இருப்பதால் வானில் அது சற்றே சிவந்த புள்ளியாகத் தெரிகிறது. திருவாதிரை நட்சத்திரத்தின் வயது சுமார் ஒரு கோடி ஆண்டுகளே. சில லட்சம் ஆண்டுகளில் அதன் ஆயுள் முடிந்துவிடும். கேட்டை நட்சத்திரத்தின் கதையும் அதேதான். சூரியனைப்போல சுமார் 18 மடங்கு பெரியதான அந்த நட்சத்திரத்தின் வயது சுமார் ஒரு கோடியே 20 லட்சம் ஆண்டுகள். அதுவும் சில லட்சம் ஆண்டுகளில் அழியக்கூடியதே.

அளவுக்கு மீறி உடல் பருமனாக இருந்தால் கெடுதல் என்று டாக்டர்கள் கூறுவார்கள். நட்சத்திரங்கள் விஷயத்திலும் இது பொருந்தும் போலும்.

திருவாதிரை, கேட்டை நட்சத்திரங்களுக்கு ஏன் ஆயுள் குறைவு? நமது சூரியனில் ஹைட்ரஜன்தான் எரிபொருள். சூரியனின் மையத்தில் நிலவும் பயங்கரமான வெப்பத்தில் ஹைட்ரஜன் அணுக்கள் ஒன்றோடு ஒன்று இணைந்து ஹீலியம் அணுக்களாக மாறுகின்றன. இதுவே அணுச் சேர்க்கை எனப்படுகிறது. இந்த

அணுச்சேர்க்கையின் பலனாக பெரும் ஆற்றலும் ஒளியும் வெளிப்படுகின்றன.

திருவாதிரை, கேட்டை போன்ற பிரும்மாண்டமான நட்சத்திரங் களில் எரிபொருள் மிக வேகமாக எரிந்து தீர்ந்து போகிறது. அவை 'பெரிய செலவாளிகள்'. எனவே ஆடம்பரமாக வாழ்ந்து கெட்டவன் கதைதான்.

பூமியின் கதைக்கு வருவோம். பூமியில் உள்ள உகந்த சூழ்நிலை கள் காரணமாக உயிரினம் தோன்றியது. பூமி தோன்றி சில நூறு கோடி ஆண்டுகளுக்குப் பிறகுதான் மனிதன் தோன்றினான். உயிரின வரலாற்றுப்படி மனிதன் 'நேற்று' தோன்றியவன். மனிதன் நாகரிக மனிதனாக மாறி சில ஆயிரம் ஆண்டுகளே ஆகியுள்ளன.

அப்படிப் பார்க்கும்போது சூரியன் போன்று நீண்ட ஆயுளைக் கொண்ட நட்சத்திரத்தைச் சுற்றுகின்ற கிரகத்தில்தான் உயிரினம் தோன்ற முடியும் என்று சொல்லலாம். ஏதோ ஒரு நட்சத்திரத்தின் அருகே பூமி போன்று பல உகந்த சூழ்நிலைகளையும் கொண்ட கிரகம் இருந்தாலும் அதில் நம்மைப் போன்ற புத்திசாலி மனிதர்கள் தோன்றுவதற்கு முன்னர் அந்த நட்சத்திரமே அழிந்து போய்விடும் என்றால் எப்படி?

இந்த விஷயத்தில் இரவு வானில் 'வயது பத்தாது' என்று ஒதுக்கி வைக்கத்தக்க நட்சத்திரங்கள் பலவும் உள்ளன. அந்த வகையில் பார்க்கும்போது சூரியன் சைஸில் உள்ள நட்சத்திரங்களே பூமி மாதிரி கிரகத்தைப் பெற்றிருக்க மிகவும் பொருத்தமானவை என்று சொல்லலாம்.

சிவப்புக் குள்ளன் என்ற பட்டப் பெயர் கொண்ட நட்சத்திரங்கள் மிக நிறையவே உள்ளன. இவை சூரியனை விடச் சிறியவை. அதே சமயம் சூரியனை விட அதிக ஆயுளைக் கொண்டவை. இவை கிரகங்களைப் பெற்றுள்ளதை நிபுணர்கள் கண்டுபிடித்துள்ளனர். ஆனால் சிவப்புக் குள்ளன் நட்சத்திர மண்டலத்தில் பூமி போன்ற கிரகம் இருக்குமானால் அந்தக் கிரகம் சில விசேஷப் பிரச்னைகளை எதிர்ப்படுவதாக இருக்கும்.

வெள்ளைக் குள்ளன் எனப்படுகிற நட்சத்திரங்களும் சூரியனை விடச் சிறியவையே. ஆனால் அவற்றில் பூமி போன்ற கிரகங்கள் இருப்பதற்கு வாய்ப்பு இல்லை என்று நிபுணர்கள் கூறுகிறார்கள்.

எனினும் கூட்டிக் கழித்துப் பார்த்தால் பூமி போன்ற கிரகங்களைப் பெற்றுள்ள நட்சத்திரங்கள் மிக நிறையவே உள்ளன . நிபுணர்கள் இது விஷயத்தில் விரிவாகவே கணக்குப் போட்டு வைத்துள்ளனர்.

5. வானில் எவ்வளவு நட்சத்திரம்?

பஞ்சாங்கத்தைப் புரட்டினால் அசுவினி, பரணி... என்று தொடங்கி 27 நட்சத்திரங்களின் பெயர்கள் போடப்பட்டிருக்கும். இந்த 27 நட்சத்திரங்கள் மட்டும்தான் வானில் இருக்கின்றனவா? இரவில் வானைப் பார்த்தால் எண்ணற்ற நட்சத்திரங்கள் தெரிகின்றனவே என்று கேட்கலாம்.

சூரியன் உதித்தது முதல் அஸ்தமிக்கின்ற வரையில் அது தினமும் வானில் பயணிக்கின்ற பாதை என ஒன்று உள்ளது. வானில் இந்தப் பாதையில்தான் குரு (வியாழன்) பெயர்ச்சியும் சனிப் பெயர்ச்சியும் நிகழ்கின்றன. இந்தப் பாதையில்தான் மற்ற கிரகங்கள் நகர்ந்து செல்கின்றன. 12 ராசிகளும் இந்தப் பாதையில் தான் உள்ளன. அந்தக் காலத்தில் ஜோசிய சாஸ்திர வல்லுநர்கள் அந்தப் பாதையில் இருக்கின்ற நட்சத்திரங்களை மட்டும் கணக்கில் கொண்டு இவ்விதம் 27 நட்சத்திரங்களின் பட்டியலைத் தயாரித்தனர். மற்றபடி வானில் எண்ணற்ற நட்சத்திரங்கள் உள்ளன.

நமது சூரிய மண்டலத்துக்குள்ளாக சூரியன் என்கிற ஒரே ஒரு நட்சத்திரம்தான் உள்ளது. நல்லவேளை. சூரியனுக்குப்

கெப்ளர் 186 எப் கிரகம் இது ஓவியர் தீட்டிய படம்

பக்கத்திலேயே இன்னொரு நட்சத்திரம் இருந்திருக்குமே யானால் பூமி உட்பட கிரகங்கள் அனைத்தும் இந்த இரண்டு நட்சத்திரங்களையும் சேர்த்து எப்படிச் சுற்றுவது என்று திண்டாடியிருக்கும்.

வானில் இரட்டை நட்சத்திரங்கள் நிறையவே இருக்கின்றன. உண்மையில் சூரியன் போன்று ஒண்டிக்கட்டை நட்சத்திரங்கள் மிக அபூர்வமே. ஒரு காலத்தில் ஒண்டிக்கட்டை நட்சத்திரத்துக்குத் தான் கிரகங்கள் இருக்கும் என்றும் இரட்டை நட்சத்திரங்கள் கிரகங்களைப் பெற்றிராது என்றும் கருதப்பட்டது. ஆனால் அண்மையில் கிரகங்களைப் பெற்றுள்ள இரட்டை நட்சத்திரங் கள் கண்டுபிடிக்கப்பட்டுள்ளன. எனினும் ஒண்டிக்கட்டை நட்சத்திரம்தான் பூமி மாதிரியான கிரகத்தைப் பெற்றிருக்க முடியும்.

பூமி போன்ற கிரகத்தைப் பெற்றுள்ள வேறு ஒண்டிக்கட்டை நட்சத்திரங்கள் எங்கே உள்ளன என்று தேடுவதற்கு வானில் நிறையவே இடம் இருக்கிறது.

சூரிய மண்டலத்தின் எல்லை என்பது சுமார் 1800 கோடி கிலோ மீட்டர் தொலைவில் உள்ளது. அதற்கு அப்பால் உள்ள இடம் அண்டவெளி ஆகும். சூரியன் மாதிரியான நட்சத்திரங்களைத் தேட வேண்டிய பிராந்தியம் இது தான். அண்டவெளி என்பது என்ன?

சென்னை நகரில் எண்ணற்ற கட்டிடங்கள் உள்ளன. அது மாதிரியில் எண்ணற்ற நட்சத்திரங்களைக் கொண்டது அண்டம் ஆகும். நமது சூரியன் அடங்கிய அண்டத்துக்கு ஆகாய கங்கை என்று பெயர். ஆகாய கங்கை அண்டத்தில் சூரியன் உட்படக் குறைந்தது 10,000 கோடி நட்சத்திரங்கள் உள்ளன. நமது அண்டத்தில் மட்டும் நமது சூரியன் போன்ற நட்சத்திரங்களைச் சுற்றுகின்ற பூமி மாதிரி கிரகங்களின் எண்ணிக்கை 1100 கோடி அளவுக்கு இருக்கலாம் என்று நிபுணர்கள் கணக்கிட்டுள்ளனர். அதாவது இவை உயிரின வாய்ப்பு கொண்டவை. சிவப்புக் குள்ளன் நட்சத்திரங்களையும் கணக்கில் கொண்டால் பூமி மாதிரி கிரகங்கள் 4000 கோடி அளவுக்கு இருக்கலாம் என்று நிபுணர்கள் கூறுகிறார்கள்

பிரபஞ்ச வெளியில் நமது அண்டம் போல 10 ஆயிரம் கோடி முதல் 20 ஆயிரம் கோடி அண்டங்கள் உள்ளன. இந்த ஒவ்வொரு அண்டத்திலும் நமது அண்டத்தில் உள்ளதுபோலவே கிரகங்கள் இருக்க வேண்டும் என்று நிபுணர்கள் கணக்கிட்டுள்ளனர். ஆகவே நமது பிரபஞ்சம் முழுவதிலும் பூமி போன்று கோடானு கோடி கிரகங்கள் உள்ளன. எனவே எங்கோ இருக்கின்ற வேறு பூமியில் அல்லது பூமிகளில் மனிதனை ஒத்தவர்கள் இருக்கலாம்.

இதற்கிடையே ஆராய்ச்சியாளர்கள் பூமி சைஸில் எங்கோ ஒரு கிரகத்தைக் கண்டுபிடித்துள்ளனர். அந்தக் கிரகம் சிவப்புக் குள்ளன் வகையைச் சேர்ந்த ஒரு நட்சத்திரத்தை உகந்த தூரத்தில் அமைந்தபடி சுற்றிக்கொண்டிருக்கிறது. அந்த சிவப்புக் குள்ளன் நட்சத்திரம் சூரியன் சைஸில் பாதி தான் உள்ளது.

கெப்ளர் எனப்படும் பறக்கும் டெலஸ்கோப் மேற்படி கிரகத்தைக் கண்டுபிடித்துள்ளது. அந்தக் கிரகத்துக்கு 'கெப்ளர்-186 எஃப்' என்று பெயர் வைத்துள்ளனர். அந்தக் கிரகம் பாறைகளால் ஆனது. அதில் தண்ணீர் இருக்கலாம் என்று கருதப்படுகிறது. வானில் பூமி சைஸில் ஒரு கிரகம் கண்டுபிடிக்கப்படுவது இதுவே முதல் தடவையாகும். இந்தக் கிரகம் குறித்து மேற்கொண்டு எந்தத் தகவலும் பெற முடியவில்லை. கெப்ளர் டெலஸ்கோப் கடந்த 2009 ஆம் ஆண்டிலிருந்து கிரக வேட்டையில் ஈடுபட்டுள்ளதாகும் கெப்ளரின் வேட்டை பற்றி பின்னர் கவனிப்போம்.

இப்போது கண்டுபிடிக்கப்பட்டுள்ள 'இன்னொரு பூமி' விஷயத்தில் உள்ள ஒரு பிரச்னை, அது பூமியிலிருந்து 500 கோடி ஒளியாண்டு தொலைவில் இருக்கிறது என்பதாகும். இங்கு நாம் ஒளியாண்டு என்றால் என்ன என்பதை விளக்குவது பொருத்தமாக இருக்கும்.

ஒளியாண்டு என்பது உண்மையில் தூரத்தைக் குறிப்பதாகும். சின்ன ஊர்களில் சைக்கிள் கடை எங்கிருக்கிறது என்று கேட்டால் 'இங்கிருந்து கூப்பிடு தூரம்' என்பார்கள். உரக்கக் கூப்பிட்டால் காதில் விழுகிற தூரம் என்பது அதன் பொருள். ரயில்வே ஸ்டேஷன் எவ்வளவு தூரம் என்று கேட்டால் 'இங்கிருந்து ஐந்து நிமிஷ நடை' என்பார்கள். அதாவது தூரத்தை நேரமாக மாற்றிக் கூறுவார்கள். ஏதோ ஒரு ஊர் உள்ள தூரத்தைக் குறிப்பிடும்போது ராத்திரி ரயில் ஏறினால் காலையில் போய்ச் சேர்ந்துவிடலாம் என்பார்கள். இப்படிச் சொல்லும்போது அடுத்தவர் நன்கு புரிந்து கொண்டுவிடுவாரே தவிர எவ்வளவு தூரம் என்பதை கிலோ மீட்டரில் சொல்லுங்கள் என்று கேட்கமாட்டார். ஒளியாண்டு அது மாதிரியானதே.

ஒளியானது ஒரு வினாடியில் சுமார் 3 லட்சம் கிலோ மீட்டர் தூரத்தைக் கடந்து விடும். இதுவே ஒளி வேகம் ஆகும். ஒளி ஒரிடத்திலிருந்து கிளம்பி ஓராண்டு காலத்துக்குப் பிறகு இன்னோர் இடத்தை அடைவதாக இருந்தால் எவ்வளவு தூரத்தைக் கடந்திருக்குமோ அதுவே ஒளியாண்டு தூரம் ஆகும். அந்த அளவில் ஒளியாண்டு தொலைவு என்பது சுமார் 9,46,000 கோடி கிலோ மீட்டராகும். இதை 500 ஆல் பெருக்கிக் கொள்ளுங்கள். கெப்ளர் 186 எஃப் கிரகம் அந்த அளவு தூரத்தில் உள்ளது.

மேற்படி கிரகத்துக்கு உள்ள தூரத்தை கிலோ மீட்டர் கணக்கில் சொல்ல முற்பட்டால் யாருக்கும் புரியாது.

பேண்ட் தைக்க ஜவுளிக் கடையில் துணி எடுக்கும் இளைஞர் இவ்வளவு மீட்டர் வேண்டும் என்று கூறுவார். பிளவுஸ் தைக்க துணி எடுக்கும் பெண்மணி எவ்வளவு துணி வேண்டும் என்பதை செண்டி மீட்டரில் கூறுவார். இந்த இருவருமே எவ்வளவு துணி வேண்டும் என்பதை மில்லி மீட்டரில் கூற மாட்டார்கள்.

நட்சத்திரங்கள் அனைத்துமே மிக மிகத் தொலைவில் உள்ளதால் எந்த நட்சத்திரமானாலும் அதற்குள்ள தூரத்தை ஒளியாண்டு என்ற அலகைப் பயன்படுத்துகின்றனர். பல ஒளியாண்டு

தொலைவில் உள்ள ஒரு நட்சத்திரத்துக்கு கிரகங்கள் இருப்பதைக் கண்டுபிடிக்க இயலுமா என்று கேட்கலாம். கடந்த சில ஆண்டுகளாகத்தான் இது சாத்தியமாகியிருக்கிறது. அப்படிக் கண்டுபிடிக்கின்ற கிரகத்துக்குக் காற்று மண்டலம் இருக்கிறதா என்பதையும் விரைவில் கண்டுபிடித்து விட முடியும் என்றும் அந்தக் காற்று மண்டலத்தை இங்கிருந்தபடி ஆராய முடியும் என்று விஞ்ஞானிகள் கருதுகிறார்கள். ஆராய்ச்சித் துறையில் அந்த அளவுக்கு முன்னேற்றங்கள் ஏற்பட்டு வருகின்றன. எல்லாம் சமீப ஆண்டுகளில்தான்.

ஆனால் வேற்றுலகவாசிகள் இருக்கிறார்களா என்ற தேடல் கடந்த நூற்றாண்டிலேயே தொடங்கி விட்டது.

6. விஞ்ஞானிகளின் 'பெரிய காதுகள்'

செல்போன் வைத்திருக்கின்ற அனைவருக்கும் எப்போதாவது சிக்னல் பிரச்னை ஏற்படுவது உண்டு. சிக்னல் கிடைக்கவில்லை என்றால் மறு முனையில் இருப்பவர் பேசுவது கேட்காது. மனிதனைப் போன்ற புத்திசாலிகள் வாழ்கின்ற கிரகங்களை அண்டவெளியில் தேடி வரும் விஞ்ஞானிகளுக்கும் ஒரு வித சிக்னல் பிரச்னை உள்ளது. அவர்களின் பிரச்னை வித்தியாச மானது. அவர்களுக்கு ஏராளமான சிக்னல்கள் கிடைக்கின்றன. ஆனால் விஞ்ஞானிகள் எதிர்பார்க்கின்ற சிக்னல்கள் தான் கிடைக்கவில்லை...

நமது செல்போனில் சிக்னல் கிடைக்கவில்லை என்றால் சலித்துப் போய் செல்போனை மூடி விட்டு வேறு வேலையைக் கவனிப்போம். ஆனால் விஞ்ஞானிகள் லேசில் விடுவதாக இல்லை. குன்றாத உற்சாகத்துடன் சிக்னல் கிடைக்கிறதா என்று வானைத் தொடர்ந்து ஆராய்ந்து வருகின்றனர்.

எதற்கு சிக்னலைத் தேட வேண்டும்? பூமியை நோக்கி யார் சிக்னல் அனுப்பப்போகிறார்கள் என்று கேட்கலாம். அண்டவெளியில்

பூமி போன்று கோடானு கோடி கிரகங்கள் உள்ளன. அதில் ஐயமில்லை. அவற்றில் நம்மைப் போன்ற புத்திசாலிகள் இருக்கலாம் என்று விஞ்ஞானிகள் நம்புகின்றனர். அப்படியான கிரகங்களில் இருப்பவர்கள் தங்களைப்போலவே எங்கேனும் யாரேனும் இருக்கலாம் என்று கருத இடமிருக்கிறது. அந்த எண்ணத்தில் அவர்கள் ரேடியோ சிக்னல் வடிவில் ஏதேனும் செய்தி அனுப்பலாம். அல்லது ஒரு கிரகத்தில் உள்ளவர்கள் இன்னொரு கிரகத்தில் உள்ளவர்களுக்கு சிக்னல் அனுப்பலாம். அவர்கள் அப்படி சிக்னல்கள் அனுப்பினால் நிச்சயம் அவை பூமிக்கும் கிடைக்கும். எனவேதான் அண்டவெளியிலிருந்து வித்தியாசமான சிக்னல்கள் ஏதேனும் வருகின்றனவா என்று விஞ்ஞானிகள் தேடி வருகிறார்கள்.

இந்தத் தேடலை ஆரம்பித்து வைத்தவர்களில் பிராங்க் டிரேக் முதன்மையானவர். 1930 ஆம் ஆண்டில் பிறந்த அவருக்கு இப்போது எண்பத்து ஐந்து வயது. இந்த வயதிலும் அவர் உற்சாகமாக வேற்றுலகவாசிகளைத் தேடும் விஷயத்தில் ஆர்வம் குன்றாதவராக விளங்குகிறார்.

அஸ்ட்ரானமி எனப்படும் வானவியல் படிப்பு படித்த அவர் பின்னர் ரேடியோ டெலஸ்கோப் மூலம் வானை ஆராயும் துறையிலும் பட்டம் பெற்றார். அண்டவெளியில் இருக்கின்ற பூமி போன்ற கிரகங்களில் வேற்றுலகவாசிகள் நிச்சயம் இருக்க வேண்டும் என்று இளம் வயதிலேயே அவருக்கு ஆழ்ந்த நம்பிக்கை ஏற்பட்டது. டிரேக்கின் சம காலத்து விஞ்ஞானியான கார்ல் சாகன் உட்பட மற்ற விஞ்ஞானிகளும் அதே போலக் கருதினர். இங்கிலாந்தைச் சேர்ந்த பிரபல விஞ்ஞானி ஸ்டீபன் ஹாக்கிங் வேற்றுலகவாசிகள் இருக்க வேண்டும் என்று உறுதியாக நம்புகிறார். சமீபத்தில்கூட அவர் இது பற்றிப் பேசியிருக்கிறார்.

சிக்னல்கள் வருகின்றனவா என்று தேடுவதற்கு இவர்களுக்கு ரேடியோ டெலஸ்கோப்புகள் உதவுகின்றன. இந்த டெலஸ்கோப்புகளை விஞ்ஞானிகளின் 'காதுகள்' என்றும் வருணிக்கலாம். இவைதான் அண்டவெளியிலிருந்து வித்தியாச மான சிக்னல் வருகிறதா என்று 'காது கொடுத்து' கேட்டு வருகின்றன. இவை நாம் அறிந்த சாதாரண டெலஸ்கோப்புகளி லிருந்து வேறுபட்டவை.

சாதாரண டெலஸ்கோப்புகளிலேயே இரண்டு வகை உண்டு. ஒன்றில் கண்ணாடி லென்ஸ்கள் இருக்கும். இந்த டெலஸ்கோப்புக்கு அடியில் இருந்தபடி வானை ஆராயலாம். இன்னொரு வகை டெலஸ்கோப்பில் லென்சுக்குப் பதில் வெள்ளி அல்லது அலுமினியம் பூசப்பட்ட பெரிய உலோகத் தகடு இருக்கும். மிக பளபளப்பான அந்த உலோகத் தகட்டின் உட்புறம் குழிவாக இருக்கும். நாம் பயன்படுத்தும் முகம் பார்க்கும் கண்ணாடியானது எதிரே உள்ளதைப் பிரதிபலிப்பது போன்று இந்த டெலஸ்கோப்பின் உலோகத் தகடும் வானில் உள்ளதைப் பிரதிபலிக்கும். அதே நேரத்தில் வானத்தில் உள்ள நட்சத்திரங்களையும் அண்டையில் உள்ள கிரகங்களையும் பெரிதாக்கிக் காட்டும். இந்த இரண்டையுமே தமிழில் தொலைநோக்கி என்றும் கூறலாம்...

ரேடியோ டெலஸ்கோப்புகள் முற்றிலும் வேறுபட்டவை. இவற்றை அலை திரட்டிகள் என்று வேண்டுமானால் கூறலாம். நட்சத்திரங்களிலிருந்து ஒளி மட்டுமன்றி எக்ஸ் கதிர், புற ஊதாக் கதிர், ரேடியோ அலைகள் எனப்படும் கதிர்கள் ஆகியவையும் வெளிப்படுகின்றன. இவை அனைத்தும் சேர்ந்து மின்காந்த அலைகள் என்று குறிப்பிடப்படுகின்றன. ஏற்கெனவே குறிப்பிட்ட படி எக்ஸ் கதிர், புற ஊதாக் கதிர்களில் ஒரு பகுதி ஆகியவற்றை காற்று மண்டலம் தடுத்துவிடுகிறது. ஆனால் ரேடியோ அலைகள் தடுக்கப்படுவதில்லை. இந்த அலைகளைப் பெறுவதுதான் ரேடியோ டெலஸ்கோப்புகள் வேலை. இவை பெறுகின்ற சிக்னல்களைத் தகுந்த கருவிகளைக் கொண்டு ஒலி அலைகளாகவும் மாற்றலாம். அந்த அளவில் கேட்பான் கருவிகளைக் காதில் மாட்டிக்கொண்டு சிக்னல்களைக் காதால் கேட்கலாம். எனவேதான் அமெரிக்காவில் ஓகையோ மாகாணத்தில் இருந்த ஒரு ரேடியோ டெலஸ்கோப் 'பெரிய காது' என்று வருணிக்கப் பட்டது.

ரேடியோ டெலஸ்கோப்புகள் அனைத்திலும் பெரிய டிஷ் ஆண்டெனாக்கள் உண்டு. டிவி நிகழ்ச்சிகளைப் பெற சில வீடுகளின் மொட்டை மாடிகளில் டிஷ் ஆண்டெனாக்கள் இருப்பதை நீங்கள் பார்த்திருக்கலாம். இவை தகவல் தொடர்பு செயற்கைக்கோள்கள் அனுப்புகின்ற சிக்னல்களைப் பெறுபவை. ரேடியோ டெலஸ்கோப்புகளும் இதே மாதிரியில் வேறு வித அலைகளைப் பெறுகின்றன.

நட்சத்திரங்கள் பல ஒளியாண்டு தொலைவில் இருப்பவை. அவற்றிலிருந்து வரும் சிக்னல்கள் மிகப் பலவீனமானவை. அந்த சிக்னல்கள் அதிக அலை நீளம் கொண்டவை. எனவே தான் ரேடியோ டெலஸ்கோப்புகளின் டிஷ் ஆண்டெனாக்கள் வடிவில் பெரியவையாக உள்ளன. இந்த டிஷ் ஆண்டெனாக்களின் குறுக்களவு 30 மீட்டர் 40 மீட்டர் என்ற அளவிலும் இருக்கலாம். 300 மீட்டர் ரேடியோ டெலஸ்கோப்பும் உண்டு. சில வகை ரேடியோ டெலஸ்கோப்புகளில் டிஷ் ஆண்டெனாவுக்குப் பதில் குறுக்கும் நெடுக்குமான கம்பிகள் இருக்கும்.

ரேடியோ டெலஸ்கோப்புகளுக்கும் சாதாரண டெலஸ்கோப்பு களுக்கும் பெரிய வித்தியாசம் உண்டு. சாதாரண டெலஸ்கோப்பு களை இரவில் தான் பயன்படுத்த இயலும்.

ஆனால் ரேடியோ டெலஸ்கோப்புகளை இரவு பகல் 24 மணி நேரமும் பயன்படுத்த முடியும்.

கோடானு கோடி கிலோ மீட்டர்களுக்கு அப்பாலிருந்து நட்சத்திரங்கள், அண்டங்கள், நட்சத்திரங்கள் தோன்றும் பகுதிகள் முதலியவற்றிலிருந்து இயற்கையாக ரேடியோ சிக்னல்கள் வந்துகொண்டிருக்கின்றன. இவ்விதம் ரேடியோ சிக்னல்கள் வருகின்றன என்பது 1933 ஆம் ஆண்டு வாக்கில்தான் தற்செயலாகக் கண்டுபிடிக்கப்பட்டது. இதைத் தொடர்ந்து நட்சத்திரங்கள் பற்றி மேலும் விவரமாக அறிந்துகொள்ள அமெரிக்காவிலும் ஐரோப்பாவிலும் ரேடியோ டெலஸ்கோப்புகள் நிறுவப்படலாயின.

இயற்கையான ரேடியோ அலைகள் பற்றி அறிந்துகொண்ட மனிதன் ரேடியோ அலைகளை செயற்கையாக உண்டாக்கவும் கற்றுக் கொண்டான்.

நட்சத்திரங்களிலிருந்து இயற்கையாக வரும் ரேடியோ அலைகளுக்கும் மனிதன் உண்டாக்கி அனுப்பும் ரேடியோ அலைகளுக்கும் இடையே எளிதில் வித்தியாசம் கண்டுபிடிக்க முடியும். எங்கோ அண்டவெளியில் இருக்கின்ற பூமி போன்ற கிரகங்களில் இருக்கக்கூடியவர்கள் ரேடியோ அலைகள் வடிவில் சிக்னல்களை அனுப்புகிறார்களா என்று தேடுவதில் பல விஞ்ஞானிகளும் ஈடுபட்டுள்ளனர். அப்படியான சிக்னல்கள் கிடைத்தால் எங்கோ பூமி போன்ற கிரகத்தில் அல்லது

கிரகங்களில் நம்மைப் போன்ற புத்திசாலி மக்கள் இருக்கின்றனர் என்பது உறுதியாகிவிடும்.

அந்த நோக்கில் டிரேக் 1960 ஆம் ஆண்டு வாக்கில் ஆஸ்மா என்னும் திட்டத்தின் கீழ் ரேடியோ டெலஸ்கோப்புகளைப் பயன்படுத்தி தீவிரத் தேடலில் ஈடுபட்டார். பின்னர் பல ரேடியோ டெலஸ்கோப்புகள் இதில் ஈடுபட்டன. இவ்விதத் தேடல் சுருக்கமாக சேட்டி (SETI) என்று அழைக்கப்படுகிறது. இது 'Search for ExtraTerrestrial Intelligence' என்ற ஆங்கிலப் பெயரின் சுருக்கம். பின்னர் இதே பெயரில் ஒரு தனி அமைப்பே ஏற்படுத்தப்பட்டது.

7. அண்டவெளியிலிருந்து மர்ம சிக்னல்கள்...

அண்டவெளியிலிருந்து வித்தியாசமான சிக்னல்கள் வருகின்றனவா என்ற தேடலில் விஞ்ஞானிகள் ஈடுபட்டிருந்த போது 2016 ஆம் ஆண்டு மார்ச் மாதம் திடீரென்று கிடைத்த வித்தியாசமான சிக்னல்கள் பெரும் பரபரப்பை ஏற்படுத்தின. அந்த சிக்னல்கள் 134 வினாடிகள் நீடித்தன.

இந்த சிக்னல்கள் அண்டவெளியில் இருக்கின்ற ஏதோ ஒரு கிரகத்திலிருந்து வேற்றுலகவாசிகளால் அனுப்பப்பட்டவை யாக இருக்கலாம் என்று விஞ்ஞானிகள் கருதுகின்றனர். ஆனால் அவர்களது கருத்தை உறுதிப்படுத்த ஆதாரம் ஏதுமில்லை.

அமெரிக்காவுக்குத் தென் கிழக்கே போர்ட்டோ ரிக்கோ தீவில் இருக்கும் அரசிபோ ரேடியோ டெலஸ்கோப் மூலம் இந்த சிக்னல்கள் கிடைத்தன. இந்த டெலஸ்கோப் உலகிலேயே மிகப் பெரிய ரேடியோ டெலஸ்கோப் ஆகும். இதன் டிஷ் ஆண்டெனாவின் குறுக்களவு 305 மீட்டர். இங்கு நிலத்தில் இயற்கையாக அமைந்த குழிவானது கிண்ணம் போல வடிவமைக்கப்பட்டு ரேடியோ டெலஸ்கோப் நிறுவப்பட்டது.

அண்டவெளியில் எங்கேனும் ஒரு கிரகத்திலிருந்து வேற்றுலக வாசிகள் சிக்னல்களை அனுப்பினால் அவற்றைக் கண்டுபிடிக்க இந்த டெலஸ்கோப் அவ்வப்போது பயன்படுத்தப்பட்டு வருகிறது.

அமெரிக்காவில் கலிபோர்னியாவில் பெர்க்கிலி என்னுமிடத்தில் உள்ள கலிபோர்னியா பல்கலைக் கழக விஞ்ஞானிகள் அரசிபோ டெலஸ்கோப் மூலம் வானை ஆராய்ந்து கொண்டிருந்தபோது 2016 ஆம் ஆண்டு மார்ச் 19 ஆம் தேதி பிற்பகல் திடீரென இந்த சிக்னல்கள் கிடைத்தன. இவை எண்களும் எழுத்துகளும் கலந்த வடிவில் இருந்தன.

ஆனால் இந்த சிக்னல்கள் எதைத் தெரிவிக்கின்றன என்று புரிந்துகொள்ள இயலவில்லை. 'இவை நிச்சயம் பூமியில் உள்ள எதோ ஒரு இடத்திலிருந்து வந்தவையல்ல. எங்கோ உள்ள வேற்றுலகவாசிகளிடமிருந்து வந்திருக்க வேண்டும் என்றே தோன்றுகிறது. தவிர, நமக்காகவே அனுப்பப்பட்டதாக நான் கருதுகிறேன்' என்று விஞ்ஞானிகள் குழுவின் தலைவரான டான் வெர்த்திமர் கூறினார்.

அண்டவெளியில் சிக்னல்களைத் தேட ஆரம்பித்ததிலிருந்து கடந்த பல ஆண்டுகளில் இதுவே மிக நீண்ட, அத்துடன் மிகத் தெளிவான சிக்னல்களாகும் என்றும் அவர் சொன்னார். அந்த சிக்னல்களைக் கவனித்தால் அவை நாம் பயன்படுத்துகின்ற மோர்ஸ் சங்கேத முறை மாதிரியில் வேற்றுலகவாசிகள் பயன்படுத்துகின்ற சிக்னல் முறை போன்று தோன்றுகிறது என்றும் வெர்த்திமர் கூறினார்.

இந்த சிக்னல்கள் சூரிய மண்டலத்துக்கு அப்பாலிருந்து வந்தவை என்பதில் சந்தேகமே இல்லை. எனினும் மிகச் சிறிது நேரமே நீடித்த இந்த சிக்னல்கள் வானில் குறிப்பாக எந்த இடத்திலிருந்து வந்தன என்பது தெரியவில்லை. இதை ஆராய்ந்து கண்டுபிடிக்க பல மாதம் அல்லது பல ஆண்டுகள் ஆகலாம் என்றும் அவர் குறிப்பிட்டார்.

அண்டவெளியிலிருந்து வித்தியாசமான சிக்னல்கள் கிடைப்பது இது முதல் தடவையல்ல. வேற்றுலகவாசிகள் அனுப்பியதாக இருக்கலாம் என்று சந்தேகப்படும்படியான வகையில் கடந்த பல ஆண்டுகளில் 400க்கும் மேற்பட்ட தடவைகள் சிக்னல்கள் கிடைத்துள்ளன. ஆனால் அவை வேற்றுலகவாசிகளிடமிருந்து வந்தவைதான் என்று உறுதிப்படுத்த முடியவில்லை.

இதற்கு முன்னர் 1977 ஆம் ஆண்டு ஆகஸ்ட் 15 ஆம் தேதி கிடைத்த சிக்னல்களும் புதிராக இருந்தன. அவற்றுக்கு விஞ்ஞானிகள் 'வாவ்' சிக்னல் என்று பெயரிட்டனர். ஒகையோ மாநில பல்கலைக் கழகத்தைச் சேர்ந்த விஞ்ஞானி ஜெர்ரி ஆர். ஈஹ்மான் அண்டவெளியில் சிக்னல்களைத் தேடும் சேட்டி திட்டத்தின் கீழ் அந்த பல்கலைக் கழகத்தின் 'பெரும் காது' ரேடியோ டெலஸ்கோப்பில் பணியாற்றிக் கொண்டிருக்கையில் விசித்திரமான சிக்னல்களைக் கண்டுபிடித்தார். அந்த சிக்னல்கள் 72 வினாடி நேரம் நீடித்தது.

அமெரிக்காவில் உள்ள கிரீன் பாங்க் ரேடியோ டெலஸ்கோப்

இந்த விஷயம் விஞ்ஞானிகளிடையே பெரும் பரபரப்பை ஏற்படுத்தியது. பத்திரிகைகளிலும் இது பெரிய செய்தியாக வெளியாகியது. சிக்னல்கள் வானில் எந்த இடத்திலிருந்து வந்திருக்கலாம் என்று ஆராய்ந்தபோது தனுர் ராசியில் உள்ள ஒரு நட்சத்திரக் கொத்து அருகே உள்ள இடத்திலிருந்து வந்திருக்கலாம் என்று தோன்றியது.

சிக்னல்கள் வருகிறதா என்று ரேடியோ டெலஸ்கோப் மூலம் ஆராயும் விஞ்ஞானிகள் காதில் மணிக்கணக்கில் கேட்பான் கருவியை மாட்டிக் கொண்டு உட்கார்ந்திருப்பதில்லை. அண்டவெளியிலிருந்து வருகிற எல்லா வகையான சிக்னல்களும் தாமாக கம்ப்யூட்டரில் பதிவாகும். அடுத்து அவற்றின் பிரிண்ட் அவுட்டுகள் கிடைக்கும். விஞ்ஞானிகள் அவற்றை ஆராயும் போது வித்தியாசமான சிக்னல்கள் பதிவாகியுள்ளனவா என்று கவனிப்பர். குறிப்பிட்ட ஒரு பிரிண்ட் அவுட்டில் வித்தியாசமான சிக்னல்கள் இருப்பதைக் கண்டு விஞ்ஞானி ஈஹ்மான் அவற்றை வட்டமிட்டு அருகே 'வாவ்' என்று எழுதினார். எனவேதான் இந்த சிக்னல்களுக்கு 'வாவ் சிக்னல்கள்' என்று பெயர் வந்தது.

அண்டவெளியிலிருந்து வரும் வித்தியாசமான சிக்னல்கள் அதே பாணியில் திரும்பத் திரும்ப வருமேயானால் அவை அனேகமாக வேற்றுலகவாசிகள் அனுப்பியவை என்று கருதலாம். வாவ் சிக்னல் மாதிரி மறுபடி வருகிறதா என்று அறிய 1987 மற்றும் 1989 ஆம் ஆண்டுகளிலும் பின்னர் 1995 மற்றும் 1996 ஆம் ஆண்டுகளிலும் மொத்தம் சுமார் 50 தடவை வானில் அதே பகுதி ஆராயப்பட்டது. ஆனால் முன்னர் கிடைத்த மாதிரியான சிக்னல் எதுவும் கிடைக்கவில்லை. பின்னர் 2012 ஆம் ஆண்டில் அரசிபோ ரேடியோ டெலஸ்கோப் மூலம் வானில் அதே பகுதியை நோக்கி பூமியிலிருந்து சிக்னல்கள் அனுப்பப்பட்டன.

ரேடியோ டெலஸ்கோப்புகள் பிரதானமாக அண்டவெளியி லிருந்து சிக்னல்களைப் பெறுவதற்காக அமைக்கப்பட்டவை. எனினும் இவற்றில் சிலவற்றில் வானை நோக்கி சிக்னல்களை அனுப்புவதற்கான வசதிகளும் உண்டு. அவ்வித வசதி அரசிபோவில் உண்டு.

நாம் பல்வேறு காரியங்களுக்கும் பயன்படுத்துகின்ற கருவிகளும் சிக்னல்களை வெளிப்படுத்திக் கொண்டுதான் இருக்கின்றன. இந்த சிக்னல்கள் அண்டவெளி சிக்னல்களைத் தேடும் பணியில்

குறுக்கிட்டு குழப்பக்கூடாது என்பதற்காகவே ரேடியோ டெலஸ்கோப்புகள் கூடிய வரை மனித நடமாட்டம் இல்லாத பகுதிகளில் நிறுவப்படுகின்றன. தவிர, வழக்கமான சிக்னல்களை வடிகட்டும் வசதியும் இவற்றில் உண்டு.

வேற்றுலகவாசிகள் சிக்னல்களை அனுப்புகிறார்களா என்று அமெரிக்காவில் மட்டும்தான் ஒட்டுக்கேட்டுக்கொண்டிருப்பதாகக் கூற முடியாது. சுமார் 30 ஆண்டுகளுக்கு முன்னர் அமெரிக்கா - சோவியத் யூனியன் (இப்போதைய ரஷ்யா எனலாம்) இடையே கடும் விரோதப் போக்கு நிலவி வந்தது. குறிப்பாக விண்வெளித் துறையில் கடும் போட்டா போட்டி நிலவி வந்தது. அமெரிக்கர் முந்திக்கொண்டு புதிதாக எதையாவது கண்டுபிடித்து விடுவார்களோ என்ற கவலையில் ரஷ்யர்களும் விண்வெளியி லிருந்து வித்தியாசமான சிக்னல்கள் வருகிறதா என்று ஆராய்வதில் ஈடுபட்டனர்.

ரஷ்யர்கள் குறிப்பாக சூரியன் போன்ற நட்சத்திரங்கள் இருக்கும் திசையை நோக்கி ரேடியோ டெலஸ்கோப்புகளின் ஆண்டெனாக்களைத் திருப்பி ஆராய்ந்தனர். சூரியன் போன்ற நட்சத்திரமே பூமி போன்ற கிரகத்தைப் பெற்றிருக்க அதிக வாய்ப்பு கொண்டது என்பதே அதற்குக் காரணம்.

இங்கிலாந்தைச் சேர்ந்த விஞ்ஞானிகளும் இந்தத் தேடலில் ஈடுபட்டனர். சேட்டி அமைப்பின் கீழ் பீனிக்ஸ் என்ற பெயரில் 1995 முதல் 2004 ஆம் ஆண்டுவரை நீண்டதொரு திட்டம் மேற்கொள்ளப்பட்டது. அப்போது இங்கிலாந்தில் ஜோட்ரல் பாங்க் வான் ஆய்வுக்கூடத்தின் ரேடியோ டெலஸ்கோப், அமெரிக்காவின் கிரீன் பார்க் ரேடியோ டெலஸ்கோப், ஆஸ்திரேலியாவில் உள்ள ரேடியோ டெலஸ்கோப், அரசிபோ டெலஸ்கோப் ஆகியவை ஒருங்கிணைந்து செயல்பட்டன.

8. எத்தனை காலம் தான் தேடுவாய்?

'வைக்கோல் போரில் தொலைந்த ஊசியைத் தேடுவது போல...' என்று ஆங்கிலத்தில் சொல்வதுண்டு. அண்டவெளியி லிருந்து ஏதேனும் வித்தியாசமான சிக்னல்கள் வருகிறதா என்று தேடுவது அதைப் போன்றதே. சுமார் 50 ஆண்டுகளுக்கும் மேலாக விஞ்ஞானிகள் அவ்விதமான சிக்னல்களைத் தேடி வருகிறார்கள். அப்படி சிக்னல் கிடைத்தால் அண்டவெளியில் எங்கோ நம்மைப் போல மனிதர்கள் இருக்கிறார்கள் என்று அர்த்தம். ஆனால் இதுவரை உருப்படியான பலன் ஏதும் கிட்டவில்லை.

காரணம் என்ன? ஒன்று, நமது மொத்த பிரபஞ்சத்திலும் பூமியைத் தவிர, வேறு எங்குமே நம்மைப்போல மனிதர்கள் கிடையாது என்பது காரணமாக இருக்கலாம். ஒருவேளை, அதனால்தான் நமது அண்டத்தில் மட்டும் பூமி போல 1100 கோடி கிரகங்கள் இருந்தாலும் எங்கிருந்தும் சிக்னல் வரவில்லை. இரண்டாவது காரணம், வேறு எங்கேனும் பல கிரகங்களில் நம்மைப் போன்ற மனிதர்கள் இருந்தாலும் அவர்கள் நம்மைப் போன்ற அளவுக்கு தொழில் நுட்பத்தில் முன்னேறவில்லை என்பதாக இருக்கலாம். மூன்றாவது காரணம். நாம் பல ஆயிரம் ஆண்டுகளுக்கு முன்னர்

தோல் ஆடைகளை அணிந்து பச்சை இறைச்சியைத் தின்று கொண்டிருந்த காலத்தில் மிக முன்னேறிய வேற்றுலகவாசிகள் நம்மை நோக்கி நீண்ட காலம் சிக்னல்களை அனுப்பிப் பார்த்து அலுத்துப்போய் கடைசியில் அதைக் கைவிட்டிருக்கலாம். நான்காவதாகவும் ஒரு காரணம் கூறலாம். வேற்றுலகவாசிகள் பூமியை நோக்கி சிக்னல்களை அனுப்பித் தாங்கள் இருக்கின்ற இடத்தைக் காட்டிக்கொள்ள விரும்பாதவர்களாக இருக்கலாம். கடைசியாக ஒரு காரணம் சொல்லலாம். நாம் போதுமான அளவுக்குத் தேடவில்லை.

அண்டவெளி சிக்னல்களைத் தேடுவதற்காகவே அமைக்கப் பட்ட சேட்டி என்னும் திட்டத்தில் முக்கிய பங்கு வகித்து வரும் ஷோஷ்டாக் அதைத்தான் கூறுகிறார். சேட்டி திட்டத்தைச் சேர்ந்த டெக்மானும் அதைத்தான் சொல்கிறார். 'வெறும் பத்து நிமிஷம்' தேடினால் பலன் கிடைத்து விடுமா என்றும் அவர் கேட்கிறார். போதுமான அளவில் தேடவில்லை என்பதைத்தான் அவர் 'வெறும் பத்து நிமிஷம்' என்கிறார்.

எனினும் அண்டவெளியில் ஏதாவது ஒரு கிரகத்தில் நம்மைப் போன்ற புத்திசாலி மனிதர்களை இன்னும் இருபது ஆண்டுகளில் கண்டுபிடித்து விடலாம் என்று விஞ்ஞானிகள் நம்புகின்றனர்.

நிபுணர் பால் ஷௌச் கூறுகையில் அடுத்த சில ஆண்டுகளில் பலன் கிடைக்கும் என்று எதிர்பார்க்க முடியாது என்கிறார். ஆனால் நீண்டகால அளவில் சாத்தியமே. இன்னும் சொல்லப் போனால் வேற்றுலகவாசிகளைத் தேடுவது என்பது பல தலைமுறைகள் நீடிக்கக்கூடிய விஷயமாகவும் இருக்கலாம் என்று அவர் கருதுகிறார்.

டக்ளஸ் வாகோச் என்னும் மற்றொரு நிபுணர் கருத்து தெரிவிக்கையில் விடாத முயற்சி தேவை என்றார். போதுமான நிதி ஒதுக்கீடு இருந்து வரவேண்டும் என்று அவர் சுட்டிக் காட்டினார். அனேகமாக 2035 ஆம் ஆண்டு வாக்கில் வெற்றி கிட்டலாம் என்று அவர் நம்பிக்கை தெரிவித்தார்.

ஜெர்ரி ஹார்ப் கூறுகையில் இன்னும் 30 ஆண்டுகளில் வேற்றுலக வாசிகளைக் கண்டுபிடிப்பதற்கு 50 சதவிகித வாய்ப்பு உள்ளதென்றார்.

இது ஒரு புறம் இருக்க, வேற்றுலகவாசிகளைத் தேடும் பணியை 1960 ஆண்டு வாக்கில் ஆரம்பித்து வைத்தவரான பிராங்க் டிரேக்

அரெசிபோ ரேடியோ டெலஸ்கோப்

ஒரு கட்டத்தில் உற்சாகம் குறைந்தவரானார். அவரது முக்கிய வருத்தம் அமெரிக்காவின் நாஸா, இது விஷயத்தில் ஒதுங்கி நிற்கிறது என்பதாகும். 'நமது பிரபஞ்சத்தில் மனிதன் தனி மரமா' என்று கேள்வி எழுப்பிய நாஸா வேற்றுலகவாசிகளைத் தேடுவதில் தீவிரம் காட்டவில்லை என்கிறார் அவர்.

அவரது மன வருத்தத்தைப் புரிந்துகொள்ள முடியும். ஆரம்பத்தில் சேட்டி திட்டத்துக்கு நாஸா நிதி உதவி அளித்து வந்தது. ஆனால் பின்னர் அமெரிக்க சட்டமன்றத்தின் தலையீடு காரணமாக நாஸா 1993 ஆம் ஆண்டில் அந்த உதவியை நிறுத்தி விட்டது. இப்போது சேட்டி அமைப்பு நன்கொடைகளை நம்பி நிற்கிறது. டிரேக்கின் இன்னொரு கவலை ரேடியோ டெலஸ்கோப்பு களைப் பற்றியது. சிக்னல்கள் வருகின்றனவா என்று தேடுவதற்கு ரேடியோ டெலஸ்கோப்புகள்தான் பயன்படுத்தப்படுகின்றன.

ஏற்கனவே குறிப்பிட்டபடி போர்ட்டோ ரிக்கோ தீவில் உள்ள அரசிபோ ரேடியோ டெலஸ்கோப்தான் உலகிலேயே மிகப் பெரியது. இது அமெரிக்க நேஷனல் சயன்ஸ் பவுண்டேஷன் என்னும் அமைப்பின் கீழ் செயல்படுவதாகும். நிதிப் பிரச்னை காரணமாக அரசிபோ ரேடியோ டெலஸ்கோப்பை மூடிவிட அல்லது அதை வேறு யார் பொறுப்பிலாவது தள்ளிவிட அந்த பவுண்டேஷன் உத்தேசித்துள்ளது. இது பற்றி டிரேக் கவலை தெரிவித்துள்ளார். மற்றொரு பெரிய ரேடியோ டெலஸ்கோப்பான

கிறீன் பார்க் ரேடியோ டெலஸ்கோப்பும் அதே கதிக்குள்ளாகும் நிலை உள்ளதாக டிரேக் அஞ்சுகிறார். இந்த இரு ரேடியோ டெலஸ்கோப்புகளும் மூடப்பட்டால் அது தற்கொலைக்கு ஒப்பாகும் என்று அவர் ஒரு சமயம் கூறினார்.

டிரேக் இவ்விதம் வருந்திக் கொண்டிருந்த நிலையில்தான் ரஷ்ய கோடீஸ்வரரான யூரி மில்னர், சிக்னல்களைத் தேடும் திட்டத்துக்கு 10 கோடி டாலர் நிதி உதவியை அறிவித்துள்ளார். 'முனைப்பான தேடல்' என்னும் இத்திட்டத்தின் கீழ் இதுவரை இல்லாத அளவுக்குத் தேடல் முயற்சிகள் மேற்கொள்ளப்படும்.

எங்கிருந்தேனும் வித்தியாசமான சிக்னல்கள் வருகிறதா என்று தேடுவதற்கு ரேடியோ டெலஸ்கோப்புகளை பயன்படுத்துவ தானால் அதற்குப் பணம் கட்டியாக வேண்டும். அமெரிக்காவில் உள்ள கிறீன் பாங்க் ரேடியோ டெலஸ்கோப், ஆஸ்திரேலியாவில் உள்ள பார்க்ஸ் ரேடியோ டெலஸ்கோப் ஆகிய இரண்டையும் ஆண்டு தோறும் பல ஆயிரம் மணி நேரம் பயன்படுத்திக் கொள்வதற்கு மில்னரின் நிதி உதவி பயன்படுத்திக் கொள்ளப்படும்.

இத்துடன் ஒப்பிட்டால் இதுவரை ஓர் ஆண்டில் 24 அல்லது 36 மணி நேரமே தேடல் நடந்து வந்தது. தவிர, அண்டவெளியி லிருந்து லேசர் கற்றை வடிவில் சிக்னல்கள் வருகின்றனவா என்று புதிதாக ஆராய அமெரிக்காவில் உள்ள ஒரு வான் ஆராய்ச்சிக்கூடம் பயன்படுத்தப்படும்.

இதல்லாமல் அண்டவெளியிலிருந்து வரக்கூடிய சிக்னல்களைப் பகுத்து ஆராய புதிய தொழில் நுட்பங்கள் உருவாக்கப்படும்.

சிக்னல்களைத் தேடும் திட்டத்துக்கு இந்த அளவுக்கு வாரி வழங்கும் தொழிலதிபர் யூரி மில்னர் ஏதோ விளம்பரத்துக்காக இவ்விதம் செய்வதாகக் கூற முடியாது. ரஷ்யாவில் பிறந்தவரான அவர் உயர் இயற்பியல் படித்து அதில் ஆராய்ச்சியிலும் ஈடுபட்டிருந்தவர். பின்னர் அவர் வர்த்தகத் துறையின் பக்கம் திரும்பி பெரும் கோடீஸ்வரரானார். மில்னர் இதற்கு முன்னர் இயற்பியல், உயிரியல், கணிதம் போன்ற துறைகளில் சிறந்து விளங்குபவர்களுக்கு வருடாந்திர பரிசுத் திட்டத்தை அறிமுகப் படுத்தினார்.

அவர் இப்போது அண்டவெளி சிக்னல்களை ஆராய்வதற்காக அறிவித்துள்ள உதவித் தொகை பத்தாண்டு காலத்துக்கானது ஆகும். இந்தப் பத்து ஆண்டுகளில் எதுவும் பலன் கிட்டாமல் போனால் என்ன செய்வது என்ற கேள்விக்கு அவரே விடை அளித்தார்

'மேலும் பத்தாண்டுக் காலம் முயற்சிப்போம். எதற்கு இந்தத் திட்டத்தை நிறுத்தவேண்டும்' என்று அவர் கேட்டார்.

9. பூமி இருக்குமிடத்தைக் காட்டிக் கொடுக்கலாமா?

வீட்டுக்குள் திருடர்கள் நுழைந்தபோது 'எங்கப்பன் குதிருக்குள் இல்லை' என்றானாம் ஒருவன். நமது விஞ்ஞானிகள் அப்படி யான அசடாக இருக்க விரும்பவில்லை. அண்டவெளியில் பூமி எங்கே உள்ளது என்பதை வேற்றுலகவாசிகள் அறிந்து கொள்ளக் கூடாது என்பதில் விஞ்ஞானிகள் மிகக் கவனமாக இருக்கிறார்கள்...

விஞ்ஞானிகள் வேற்றுலகவாசிகளிடமிருந்து குறிப்பிடத்தக்க வகையிலான சிக்னல்கள் வருகிறதா என ரேடியோ டெலஸ்கோப்பு களைப் பயன்படுத்தி வானை அலசி வருகிறார்கள். அதாவது வெளியிலிருந்து செய்தி வருகிறதா என்று மட்டுமே தேடுகிறார்கள்.

இதற்கு மாறாக 'பூமி என்ற கிரகத்திலிருந்து பேசுகிறோம்' என்று தெரிவித்து அண்டவெளியை நோக்கி நாம் செய்தி அனுப்பலாம். அப்படி அனுப்பினால் வேற்றுலகவாசிகள் அதைக் கேட்டு விட்டு நமக்குப் பதில் அனுப்பலாம். ஆனால் அவ்விதம்

பூமியிலிருந்து செய்தி அனுப்புவது உசிதம்தானா என்ற கேள்வி எழுகிறது. இவ்விதம் அனுப்பக்கூடாது என்றே பெரும்பாலான விஞ்ஞானிகள் கருதுகின்றனர். நாமாக வலியப்போய் செய்தி அனுப்பக்கூடாது என்பதற்கு அவர்கள் வலுவான காரணங்களைக் கூறுகிறார்கள்.

நாம் செய்தி அனுப்பினால் நம்மிடமிருந்து செல்கின்ற சிக்னல்களை வைத்து பூமி எங்கே இருக்கிறது என்பதை வேற்றுலகவாசிகள் அறிந்து கொண்டுவிடுவார்கள். இது நல்லதல்ல. ஏனெனில் வேற்றுலகவாசிகள் நல்லவர்களாக இருப்பார்கள் என்று ஊகிக்க முடியாது.

அண்டவெளியில் பூமி மாதிரியில் எவ்வளவோ கிரகங்கள் உள்ளதாகக் கருதப்படுகிறது. இந்தக் கிரகங்களில் இருப்பவர்கள் அனைவருமே ஒரே மாதிரியானவர்கள் என்று சொல்ல முடியாது. ஒரு குறிப்பிட்ட கிரகத்தைச் சேர்ந்தவர்கள் ஆக்கிரமிப்பு நோக்கு கொண்டவர்களாக இருக்கலாம். வாய்ப்பு கிடைத்தால் பிறரை அடிமைப்படுத்துபவர்களாக இருக்கலாம். அப்படிப்பட்டவர் கள் பூமி மீது படையெடுத்து இங்கிருந்து தங்களுக்கு வேண்டிய வளங்களைக் கொள்ளையடித்துச் செல்ல முற்படலாம்.

வேறு ஒரு கிரகத்தைச் சேர்ந்தவர்கள் நம்மை விட சக்திவாய்ந்த ஆயுதங்களைப் பெற்றவர்களாக இருக்கலாம். அப்படியானவர் கள் பூமியில் உள்ளவர்களை அச்சுறுத்தி அடிமைகளாக்க முற்படலாம். பூமியானது வேற்றுலகவாசிகளுக்கு அடிமையாகி விட்டால் அதிலிருந்து மீள்வது கடினம்.

மாறாக வேறு ஏதோ கிரகத்தில் உள்ளவர்கள் அமைதியை விரும்புபவர்களாக, நமக்கு உதவும் மனப்பான்மை கொண்டவர் களாக இருக்கலாம். தங்களிடம் உயர்ந்த தொழில் நுட்பம் இருந்தால் அதை பூமிவாசிகளுக்கு அளிக்கலாம்.

எனினும் யார் எப்படி இருப்பார்கள் என்று தெரியாத நிலையில் நாமாக வலியப்போய் பூமி இருக்குமிடத்தைத் தெரிவிப்பது உகந்தது அல்ல. பல விஞ்ஞானிகளும் இவ்விதம் கருதுகின்றனர். இங்கிலாந்தைச் சேர்ந்த உலகப் பிரசித்தி பெற்ற விஞ்ஞானி ஸ்டீபன் ஹாக்கிங் அவ்விதமாகத்தான் கருதுகிறார். கொலம்பஸ் அமெரிக்காவில் போய் இறங்கிய பிறகு என்ன ஆச்சு என்று அவர் ரத்தினச் சுருக்கமாகக் கேட்டார்.

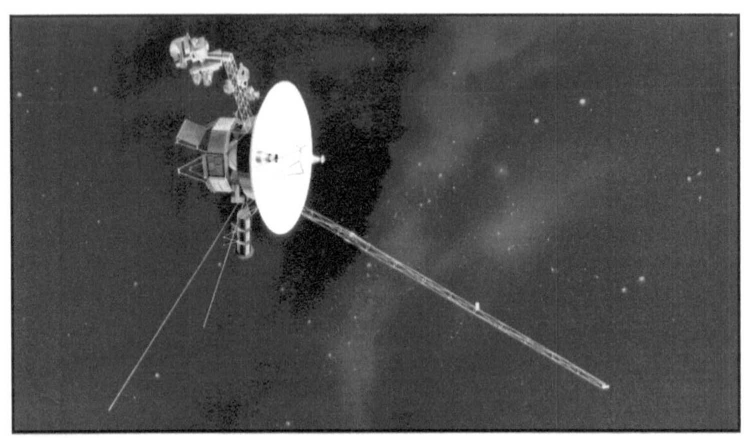

வாயேஜர் விண்கலம்

கொலம்பஸ் அமெரிக்காவில் போய் இறங்கியதைத் தொடர்ந்து வட அமெரிக்கக் கண்டத்திலும் தென் அமெரிக்க கண்டத்திலும் போய் இறங்கிய ஐரோப்பியர்களில் பலர் அந்த நாடுகளில் வசித்தவர்களிடமிருந்து தங்கத்தைக் கொள்ளை அடிப்பதில் ஈடுபட்டனர். இதைத்தான் ஸ்டீபன் ஹாக்கின்ஸ் ரத்தினச் சுருக்கமாகக் குறிப்பிட்டார்.

எனினும் கடந்த காலத்தில் பூமியிலிருந்து அண்டவெளியில் இருக்கக்கூடிய கிரகங்களை நோக்கி ஒன்றுக்கும் மேற்பட்ட தடவைகள் செய்திகள் அனுப்பப்பட்டுள்ளன. 1974 ஆம் ஆண்டில் போர்ட்டோ ரிக்கோ தீவில் அரசிபோ என்னுமிடத்தில் உள்ள உலகின் மிகப் பெரிய ரேடியோ டெலஸ்கோப் மூலம் பூமி பற்றி சிக்னல்கள் அனுப்பப்பட்டன. 2012 ஆண்டிலும் அனுப்பப் பட்டன. இதல்லாமல் ஆவண வடிவிலும் பூமியைப் பற்றிய செய்திகள் அண்டவெளிக்கு அனுப்பப்பட்டுள்ளன. பயனீர் 10 பயனீர் 11 ஆகிய அமெரிக்க விண்கலங்களில் பூமியைப் பற்றி விலாவாரியான தகவல்கள் அடங்கிய தகடு வைத்து அனுப்பப் பட்டது. வாயேஜர் 1 வாயேஜர் 2 ஆகிய விண்கலங்களில் இதேபோல பூமியைப் பற்றியும் மனிதர்கள் பற்றியும் தகவல்கள் அடங்கிய சி.டி வைத்து அனுப்பப்பட்டது. இந்த விண்கலங்கள் அண்டவெளியில் தொடர்ந்து சென்று கொண்டிருக்கின்றன.

சரி, நாம் பூமியைப் பற்றி வேற்றுலகவாசிகளுக்கு எதுவுமே தெரியாதபடி செய்துவிட முடியுமா என்று கேட்கலாம். நாம்

எதுவும் தெரிவிக்காமலேயே நம்மைப் பற்றி வேற்றுலகவாசிகள் தெரிந்து கொள்ள நிறையவே வாய்ப்பு இருக்கிறது.

பலரும் வானொலிப் பெட்டியில் வாய்ஸ் ஆப் அமெரிக்கா ஒலிபரப்பு, பீகிங் ரேடியோ, பிபிசி ஒலிபரப்பு, மாஸ்கோ ரேடியோ ஆகியவற்றைக் கேட்பதுண்டு. இவை ரேடியோ அலைகள் மூலமே சாத்தியமாகின்றன. தகவல் தொடர்பு செயற்கைக் கோள்கள் வந்தபிறகு உலகின் பல பகுதிகளில் நடக்கின்ற நிகழ்ச்சிகள் டிவி சேனல்களில் ஒளிபரப்பு செய்யப்படுகின்றன. இந்த அனைத்தின் சிக்னல்கள் எந்த நேரமும் அண்டவெளிக்குக் கசிந்து கொண்டுதான் இருக்கின்றன.

சுமார் 50 ஒளியாண்டு தொலைவில் நம்மைப் போன்ற புத்திசாலிகள் வாழும் ஒரு கிரகம் இருப்பதாக வைத்துக்கொள்வோம். அவர்கள் ஒரு கால்பந்தாட்ட மைதானம் அல்லது அதைவிடப் பெரிதாக உள்ள டிஷ் ஆண்டெனாவைப் பயன்படுத்தினால் பூமியிலிருந்து செல்கின்ற சிக்னல்கள் அனைத்தையும் அவர்களால் பெற முடியும். ஆனால் ஒன்று. 50 ஆண்டுகளுக்கு முன்னர் சென்னை டிவி நிலையம் ஒளிபரப்பிய வயலும் வாழ்வும் நிகழ்ச்சி போன்றவைதான் இப்போது அவர்களுக்குக் கிடைத்துக்கொண்டிருக்கும்...

நிஜமாகவே இது சாத்தியமா என்று கேட்கலாம். நம்மால் 300 ஒளியாண்டு தொலைவுக்கு அப்பால் உள்ள நட்சத்திரங்களி லிருந்து ரேடியோ அலைகளை பெற முடிகிறது. அந்த அளவில் பூமியிலிருந்து செல்லும் சிக்னல்களை அவர்களால் நிச்சயம் பெற முடியும்.

இதற்கிடையே ரஷ்ய கோடீஸ்வரரான யூரி மில்னர் வேற்றுலக வாசிகளுக்கு எந்தவிதமான செய்தியை அனுப்பலாம் என்பது குறித்து ஒரு பரிசுப் போட்டியை அறிவித்துள்ளார். தகுந்த செய்தியை உருவாக்கித் தருபவருக்கு பத்து லட்சம் டாலர் பரிசு அளிக்கப்படும் என்று அவர் 2015 ஆம் ஆண்டு ஜூலையில். அறிவித்தார். சிக்னல்கள் வடிவில் இவ்விதம் செய்தி தயாரிக்கப் படுமே தவிர, அதை அனுப்பலாமா என்பது பற்றி பின்னர் தான் முடிவு செய்யப்படும் என்று அவர் அறிவித்துள்ளார்.

எந்தவிதமான செய்தியை அனுப்புவது என்று முடிவு செய்வது பெரிய விஷயமா என்று கேட்கலாம். நீங்கள் உங்கள் தாய்

மொழியில் ஒரு செய்தியைத் தயாரித்து அதை பின்லாந்தில் அல்லது மங்கோலியாவில் உள்ள ஒருவருக்கு அனுப்புகிறீர்கள். மொழி தெரியாவிட்டால் உங்களது அந்தச் செய்தியை அவரால் புரிந்துகொள்ள முடியுமா? எனவே வேற்றுலகவாசிகள் புரிந்து கொள்ளக்கூடிய வகையில் செய்தி தயாரிப்பது என்பது எளிய வேலையல்ல.

வேற்றுலகவாசிகளுக்கென நாம் ஒரு செய்தி தயாரித்து அதை அண்டவெளியில் உள்ள கிரகங்களை நோக்கி அனுப்புகிறோம். கெடுமதி கொண்ட வேற்றுலகவாசிகளுக்கு அது போய்ச் சேருகிறது. அவர்கள் பூமி மீது படையெடுத்து வருகின்ற ஆபத்து உண்டா? குறைந்தபட்சம் 100 ஆண்டுகளுக்கு நமக்கு ஆபத்து எதுவும் இராது. அது எப்படி?

பூமியிலிருந்து குறைந்தபட்சம் 50 ஒளியாண்டுக்கு அப்பால்தான் பூமி போன்ற ஒரு கிரகம் இருக்க முடியும் என விஞ்ஞானிகள் ஒரு கணக்குப் போட்டு வைத்துள்ளனர். ஆகவே நாம் அனுப்புகிற செய்தி போய்ச் சேரவே 50 ஆண்டுகள் ஆகும். அந்த கிரகத்தைச் சேர்ந்தவர்கள் பூமி இருக்குமிடத்தை அறிந்துகொண்டு உடனே பெரும் படையுடன் கிளம்பினாலும் பூமிக்கு வந்து சேரக் குறைந்தது மேலும் 50 ஆண்டுகள் ஆகும். ஆகவே 100 ஆண்டுகளுக்கு நமக்குக் கவலையில்லை.

10. இருளில் ஒளிந்திருக்கும் வேற்றுக் கிரகங்கள்

நம்மைப் போன்ற புத்திசாலி மனிதர்கள் அண்டவெளியில் வேறு ஏதேனும் கிரகங்களில் இருக்கிறார்களா என்று தேடுவதற்குக் குறைந்த பட்சம் மூன்று வழிகள் உண்டு. முதல் வழி, யாரேனும் நம்மை நோக்கிக் குரல் கொடுக்கிறார்களா என்று காதைத் தீட்டிக் கொண்டு கேட்பது. இரண்டாவது வழி, அப்படியான மனிதர்கள் வாழ்வதற்கான சூழ்நிலைகளைக் கொண்ட கிரகங்களை வானில் தேடிக் கண்டுபிடிப்பது. மூன்றாவது வழி நாமே நேரில் சென்று தேடுவது.

கடந்த 50 ஆண்டுகளுக்கும் மேலாக முதல் வழி மட்டுமே கையாளப்பட்டு வந்தது. சமீப ஆண்டுகளாக இரண்டாவது வழி பின்பற்றப்படுகிறது. மூன்றாவது வழி சாத்தியமா என்பதைப் பின்னர் கவனிப்போம்.

அறிவியல் தொழில்நுட்பத் துறையில் ஏற்பட்டுள்ள வேகமான வளர்ச்சியின் பலனாக இரண்டாவது வழியில் நாம் பெருமைப் படுகின்ற அளவுக்கு முன்னேறியிருக்கிறோம். கடந்த ஆறு

ஆண்டுகளில் சில ஆயிரம் கிரகங்கள் கண்டுபிடிக்கப்பட்டுள்ளன. அவற்றில் பெரும்பாலானவை பூமி போன்றவை அல்ல. பூமி போன்ற கிரகம் ஒன்றோ இரண்டோதான் இதுவரை கண்டுபிடிக்கப்பட்டுள்ளன.

கெப்ளர் என்னும் பறக்கும் டெலஸ்கோப் இதனை சாத்தியமாக்கியுள்ளது. நாஸாவின் இந்த டெலஸ்கோப் 2009 ஆம் ஆண்டு மார்ச் மாதம் உயரே செலுத்தப்பட்டது. ஹப்புள் என்னும் பெயர் கொண்ட பறக்கும் டெலஸ்கோப் ஏற்கெனவே செயல் பட்டு வந்தாலும் ஹப்புள் டெலஸ்கோப்புக்கும் கெப்ளர் டெலஸ்கோப்புக்கும் முக்கிய வித்தியாசங்கள் உண்டு.

ஹப்புள் டெலஸ்கோப் ஒரு செயற்கைக்கோள்போல பூமியைச் சுற்றி வருகிறது. ஆனால் கெப்ளர் டெலஸ்கோப் சூரியனைச் சுற்றி வருகிறது. ஹப்புள் டெலஸ்கோப்பானது அதன் பெயருக்கு ஏற்ப சக்திமிக்க டெலஸ்கோப்பைப் பெற்றுள்ளது. அது எங்கோ இருக்கின்ற நட்சத்திரங்களையும் அத்துடன் சூரிய மண்டலத்துக் குள்ளாக நமக்கு அருகே உள்ள கிரகங்களையும் ஆராய்ந்து படம் பிடித்து அனுப்புகிறது. ஆனால் கெப்ளர் டெலஸ்கோப்பானது வெகு தொலைவில் உள்ள நட்சத்திரங்களுக்கு அருகே கிரகங்கள் இருக்கின்றனவா என்று ஆராய்கிறது.

பூமியானது சூரியனைச் சுற்றி வருவதை நாம் அறிவோம். கிட்டத் தட்ட பூமி செல்லும் அதே பாதையில் கெப்ளர் சுற்றி வருகிறது. பூமி முன்னே செல்ல கெப்ளர் பின் தொடர்ந்து வருகிறது. சூரியனை பூமி ஒரு தடவை சுற்றி முடிக்க 365 நாட்கள் ஆகின்றன. கெப்ளர் டெலஸ்கோப் 372 நாட்களை எடுத்துக்கொள்கிறது.

பிரபல விஞ்ஞானியை கௌரவிக்கும் வகையில் அந்த டெலஸ்கோப்பானது 'கெப்ளர் டெலஸ்கோப்' என அழைக்கப் படுகிறது. ஜெர்மனியைச் சேர்ந்த ஜோகான்னஸ் கெப்ளர் (1571-1630) என்ற விஞ்ஞானி சூரியனை பூமி உட்பட கிரகங்கள் சுற்றி வருவது தொடர்பான பல அடிப்படை விதிகளைக் கண்டுபிடித்துக் கூறியவர். ஒரு கிரகம் எந்த அளவுக்கு சூரியனிலிருந்து தொலைவில் உள்ளதோ அந்த அளவுக்கு அந்தக் கிரகம் தனது பாதையில் மெதுவாகச் செல்லும் என்பது அவர் கண்டுபிடித்துக் கூறிய விதிகளில் ஒன்றாகும்.

கெப்ளர் டெலஸ்கோப் நேரடியாக அண்டவெளி கிரகங்களைக் கண்டுபிடிப்பதாகச் சொல்ல முடியாது. அது கண்டுபிடித்துள்ள

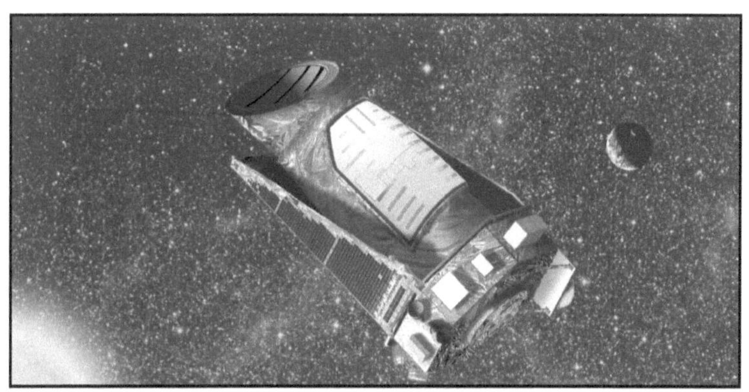

கெப்ளர் டெலஸ்கோப்

கிரகங்களை அது படம் பிடித்துள்ளதாகவும் சொல்ல முடியாது. கெப்ளர் நட்சத்திரங்களைத்தான் ஆராய்கிறது. நட்சத்திரங்களின் ஒளியில் ஏற்படும் நுண்ணிய மாறுபாடுகள், நட்சத்திரம்மீது கிரகங்கள் ஏற்படுத்தும் விளைவு போன்ற அம்சங்களை வைத்து கெப்ளர் டெலஸ்கோப்பானது கிரகங்களைத் தேடிக் கண்டுபிடிக்கிறது.

முந்தைய அத்தியாயம் ஒன்றில் கூறியபடி கிரகங்களுக்கு சுய ஒளி கிடையாது. அண்டவெளி என்பது கும்மிருட்டாகும். அந்த அளவில் எல்லா கிரகங்களுமே கும்மிருட்டில்தான் உள்ளன. இரவில் நீங்கள் வானைக் கவனித்தால் எண்ணற்ற நட்சத்திரங் களைக் காணலாம். ஆனால் அந்த நட்சத்திரங்களைச் சுற்றி வருகின்ற கிரகங்களைக் காண இயலாது. நீங்கள் பல ஆயிரம் கோடி கிலோ மீட்டர் தூரத்துக்குச் சென்று அங்கிருந்து சூரியனைப் பார்த்தால் சூரியன் சிறிய நட்சத்திரமாகத் தெரியும். சூரியனைச் சுற்றுகின்ற (பூமி உட்பட) எந்தக் கிரகத்தையும் பார்க்க இயலாது. டெலஸ்கோப் மூலம் பார்த்தாலும் அனேகமாகத் தெரியாது. அதுபோலத்தான் இரவு வானில் தெரிகின்ற நட்சத்திரங்களைச் சுற்றி வருகின்ற கிரகங்களை நம்மால் காண இயலவில்லை.

கெப்ளர் டெலஸ்கோப் வானம் முழுவதையும் ஆராய்ந்து கிரகங்களைத் தேடுவதாகச் சொல்ல முடியாது. உண்மையில் அது வானில் சிறு பகுதியை மட்டும் தொடர்ந்து நோக்கியபடி ஆராய்கிறது. வானில் அப்பகுதியில் சுமார் ஒரு லட்சத்து 45 ஆயிரம் நட்சத்திரங்கள் ஆராயப்படுகின்றன. வானில் அப்பகுதியைத் தேர்ந்தெடுத்ததற்குக் காரணம் உண்டு. வானில்

அப்பகுதியில் சூரியன் போன்ற நட்சத்திரங்கள் ஏராளமாக உள்ளன. மேலும் விளக்கமாகச் சொல்வதானால் வானில் சிக்னஸ், லைரா, டிராகோ ஆகிய மூன்று நட்சத்திர மண்டலங்கள் (ராசிகள் என்றும் கூறலாம்) மட்டும்தான் இவ்விதம் ஆராயப் படுகின்றன. (வானவியல் விஞ்ஞானிகள் வானம் முழுவதையும் 88 நட்சத்திர மண்டலங்களாகப் பிரித்துள்ளனர். இவற்றில் மேஷம் முதல் மீனம் வரையிலான 12 ராசிகளும் அடங்கும்)

வானம் முழுவதையும் இதே அளவில் ஆராய்வதென்றால் கெப்ளர் டெலஸ்கோப் போல 400 டெலஸ்கோப்புகள் தேவை. அவ்விதம் ஆராயத் தேவையில்லை என்பது நாசா விஞ்ஞானிகளின் கருத்தாகும். அதாவது ஆகாய கங்கை எனப்படும் நமது அண்டத்தின் ஒரு சிறு பகுதியை ஆராய்ந்தால் அண்டவெளியின் மற்ற பகுதிகளிலும் அதே போன்ற நிலைமை இருக்கலாம் என்று ஊகித்துக்கொள்ள முடியும்.

கெப்ளர் டெலஸ்கோப்பில் கேமராக்களும் உள்ளன. மேலும் பல நுட்பமான கருவிகளும் உள்ளன. அவற்றில் ஒன்று நட்சத்திரத்தின் ஒளியில் ஏற்படும் மிகச் சிறிய மாறுதலையும் கண்டறிவதற்கானது. இந்த டெலஸ்கோப்பிடமிருந்து மாதம் இரண்டு தடவை தகவல் கள் பூமிக்கு வந்து சேருகின்றன. அமெரிக்காவில் உள்ள விசேஷ ஆராய்ச்சிக்கூடம் இத்தகவல்களைப் பகுத்து ஆராய்கிறது.

கெப்ளர் ஆராய்கின்ற நட்சத்திரங்கள் எல்லாமே சுமார் மூன்று முதல் 300 ஒளியாண்டு தொலைவில் உள்ளவை.

கெப்ளர் டெலஸ்கோப்பில் 2012 ஆம் ஆண்டில் சில நுட்பமான கருவிகள் செயலற்றுப் போயின என்றாலும் அது தொடர்ந்து சற்றே மாறுபட்ட வகையில் ஆராய்ந்து வருகிறது. 2016 ஆம் ஆண்டுடன் அதன் ஆயுட்காலம் முடிவடையும் என்று கருதப் பட்டாலும் அதன் பிறகும் அந்த செயற்கைக்கோள் செயல்பட்டு வருகிறது. எனினும் பூமி மாதிரி கிரகங்கள் அண்டவெளியில் வேறு எங்கேனும் உள்ளனவா என்ற ஆராய்ச்சி கெப்ளர் டெலஸ்கோப்புடன் நின்றுவிடப் போவதில்லை. இப்போது தான் நாம் ஓர் ஆரம்பத்தை மேற்கொண்டிருக்கிறோம். மேலும் பணிகள் தொடரும் என்று நாசா கூறுகிறது.

கெப்ளர் டெலஸ்கோப் எவ்விதம் கிரக வேட்டையில் ஈடுபட்டுள்ளது என்பதை அடுத்து கவனிப்போம்.

11. நட்சத்திரக் கிரகணம்

இரவு நேரம். ஒரு குக்கிராமத்துக்கு அருகே உள்ள நெடுஞ்சாலை. கடைசி பஸ்ஸைப் பிடிக்க ஊருக்கு வெளியே சாலை ஓரமாக நின்று கொண்டிருக்கிறீர்கள். சுற்றிலும் ஒரே இருட்டு. ஆனால் தூரத்தில் ஏதோ விளக்கு இருப்பது தெரிகிறது. லாந்தர் விளக்காக இருக்கலாம். அந்த விளக்கின் அருகே யாராவது இருக்கிறார்களா என்பது தெரியவில்லை. திடீரென விளக்கு சில கணம் மறைந்து மறுபடி தெரிகிறது. யாரோ குறுக்கே சென்றிருக்க வேண்டும். அடுத்து மறுபடியும் விளக்கு மறைகிறது. இன்னொருவர் குறுக்கே சென்றிருக்க வேண்டும். ஆள் உருவம் தெரியாவிட்டாலும் விளக்கு மறைவதிலிருந்து அருகே ஆட்கள் இருப்பதாக ஊகிக்கலாம்.

அண்ட வெளியில் எங்கோ இருக்கின்ற நட்சத்திரங்களுக்கு இருக்கக்கூடிய கிரகங்கள் இவ்வித ஊக அடிப்படையில் கண்டுபிடிக்கப்படுகின்றன. இந்த மாதிரி மறைமுக வழிகள் மூலம் அண்ட வெளி கிரகங்களைக் கண்டறிய முடியும். இதை நட்சத்திர

கிரகண முறை என்றும் வருணிக்கலாம். இப்படிச் சொல்வதற்குக் காரணம் உண்டு.

நமக்கு சூரிய கிரகணம் தெரியும். பூமிக்கும் சூரியனுக்கும் நேர் நடுவே சந்திரன் வந்து நின்றால் அது சூரியனை முற்றிலுமாக அல்லது ஓரளவுக்கு மறைக்கிறது. இது சூரிய கிரகணம்.

இப்போது நட்சத்திரக் கிரகணத்துக்கு வருவோம். நட்சத்திரமும் சூரியன் மாதிரிதான். சூரியனுக்கு பல கிரகங்கள் இருப்பதுபோல நட்சத்திரங்களுக்கும் கிரகங்கள் இருக்கலாம். அந்தக் கிரகங்கள் அந்த நட்சத்திரத்தைச் சுற்றிச் சுற்றி வருகின்றன. அப்படி அவை சுற்றிக் கொண்டிருக்கும்போது ஏதாவது ஒரு கட்டத்தில் அவை சூரிய கிரகண மாதிரியில் நட்சத்திரத்துக்கும் நமக்கும் இடையே அமைய நேரிடலாம்.

நீங்கள் இரவு வானில் ஒரு நட்சத்திரத்தைப் பார்த்துக் கொண்டிருக்கிறீர்கள். அப்போது அந்த நேரம் பார்த்து அந்த நட்சத்திரத்தைச் சுற்றுகின்ற கிரகம் ஒன்று உங்களுக்கும் நட்சத்திரத்துக்கும் குறுக்கே வந்து நிற்கிறது. அதுவே நட்சத்திரக் கிரகணம். இதன் விளைவாக நட்சத்திரத்தின் ஒளி வட்டம் முற்றிலுமாக அல்லது அதன் ஒரு பகுதி சிறிது நேரம் சற்றே மறைக்கப்படும். இதன் பலனாக நட்சத்திரத்தின் ஒளி சற்று குன்றும்.

ஆனால் பூமியிலிருந்து வெறும் கண்களால் பார்க்கும்போது நமக்கு எந்த வித்தியாசமும் தெரியாது. ஆனால் மிக நுட்பமான டெலஸ்கோப் மூலம் அதுவும் பூமியின் காற்று மண்டலத்துக்கு மேலே செயல்படும் டெலஸ்கோப்பினால் இதை நன்கு கண்டுபிடிக்க முடியும்.

நாம் முந்தைய அத்தியாயத்தில் கெப்ளர் பறக்கும் டெலஸ்கோப் பற்றிக் குறிப்பிட்டோம், நட்சத்திரங்களைச் சுற்றுகின்ற பல கிரகங்களை கெப்ளர் டெலஸ்கோப் இவ்வித முறையில் கண்டுபிடித்துள்ளது.

கெப்ளர் பறக்கும் டெலஸ்கோப்பில் இதற்கென நுட்பமான கருவி வைக்கப்பட்டுள்ளது. நட்சத்திர ஒளி எந்த அளவுக்குக் குன்றுகிறது என்பதை அது துல்லியமாகக் கணக்கிட்டுத் தெரிவிக்கிறது. இதன் மூலம் குறிப்பிட்ட நட்சத்திரத்துக்கு

கிரகம் இருப்பதை அறிந்து கொள்ள முடிந்துள்ளது. நட்சத்திரத்தின் ஒளி எந்த அளவுக்கு மங்குகிறது என்பதை வைத்து அந்தக் கிரகம் எவ்வளவு பெரியது, அது அந்த நட்சத்திரத்திலிருந்து எவ்வளவு தொலைவில் உள்ளது என்பது போன்ற பல தகவல்களைத் தெரிந்து கொண்டுவிடலாம். ஒரு நட்சத்திரத்தை அதைச் சுற்றுகின்ற கிரகம் மறைக்கும்போது அந்தக் கிரகத்துக்குக் காற்று மண்டலம் உள்ளதா என்பதையும் அறிய முடிகிறது.

அந்த நட்சத்திரத்தின் ஒளி எப்போதெல்லாம் மங்குகிறது என்பதை வைத்து அந்த நட்சத்திரத்துக்கு எவ்வளவு கிரகங்கள் உள்ளன என்பதையும் தெரிந்துகொள்ளலாம். கெப்ளர் டெலஸ்கோப் இதுவரை பல ஆயிரம் கிரகங்களை இந்த முறையில் கண்டுபிடித்துள்ளது.

கெப்ளர் டெலஸ்கோப் சூரியனைச் சுற்றி வந்தபடி வானில் சிறு பகுதியை ஆராய்கிறது. அது ஒரே நேரத்தில் ஒரு லட்சத்துக்கும் அதிகமான நட்சத்திரங்களை ஆராயும் திறன் கொண்டது. எந்த நட்சத்திரத்தின் ஒளி சற்றே மங்குகிறது என்பதை அது கண்டுபிடித்துக் கூறுகிறது. வானில் குறிப்பிட்ட பகுதியை மட்டும் அது தொடர்ந்து ஆராய்வதால் நட்சத்திரங்கள் எண்ணற்ற தடவை டெலஸ்கோப்பின் பார்வைக்கு உள்ளாகின்றன. ஆகவே கிரகங்களால் குறிப்பிட்ட நட்சத்திரங்கள் மறைக்கப்படுமானால் அது நன்கு உறுதிப்படுத்தப்படுகிறது. நட்சத்திரத்தின் ஒளி ஆயிரத்தில் ஒரு பங்கு அளவுக்கு மங்கினாலும் கெப்ளரில் உள்ள கருவி அதைப் பதிவு செய்து கொண்டுவிடுகிறது.

வானில் குறிப்பிட்ட பகுதியில் அதிக நட்சத்திரங்கள் இருக்க வாய்ப்பு உண்டா என்று நீங்கள் நினைக்கலாம்.

வானம் என்பது கூரை போன்றது அல்ல. ஒரு பொதுக்கூட்டத்தில் முன்வரிசையில் 100 பேர் உட்கார்ந்திருக்கிறார்கள். அவர்களுக்குப் பின்னால் இன்னொரு வரிசை. அதற்குப் பின்னால் மேலும் ஒரு வரிசை என மைதானத்தின் பரப்பளவைப் பொருத்து மக்கள் எவ்வளவு வரிசைகளில் வேண்டுமானாலும் உட்கார்ந்திருக்கலாம். அதுபோல நட்சத்திரங்களுக்குப் பின்னால் மேலும் பின்னால் எவ்வளவோ நட்சத்திரங்கள் இருக்க முடியும்.

இரவு வானில் ஒரு நட்சத்திரம் தெரிகிறது. அது 25 ஒளியாண்டு தொலைவில் உள்ளதாக அறிகிறோம். அந்த நட்சத்திரத்தின்

அருகே இன்னொரு நட்சத்திரம் தென்படலாம். அது 36 ஒளியாண்டு தொலைவில் இருக்கலாம். நம் பார்வையில் அவை அருகருகே இருப்பது போன்று தோன்றினாலும் இவை ஒன்றன் பின் ஒன்றாக வெவ்வேறு தொலைவில் அமைந்திருப்பதாக அறிகிறோம்.

பூமியில் நிறுவப்பட்டுள்ள டெலஸ்கோப்புகள் மூலம் நட்சத்திரங் களை இவ்விதம் ஆராய்ந்து கிரகங்களைக் கண்டுபிடிக்க முடியாதா என்று கேட்கலாம். முதலாவதாக காற்று மண்டலம் ஒரு பிரச்னையாகும். நட்சத்திரங்களின் ஒளியானது காற்று மண்டலம் வழியேதான் வந்தாக வேண்டும். காற்று மண்டலத்தில் உள்ள நுண்ணிய துணுக்குள் ஒளியை சிதறடிக்க முற்படுகின்றன. நட்சத்திரங்கள் மினுக்குவதற்கு இதுவே காரணம். எனவே நட்சத்திரத்தின் ஒளி மங்குகிறதா என்பதை துல்லியமாக அறிய இயலாது.

தவிர, நட்சத்திரங்கள் தொடர்ந்து ஆராயப்பட வேண்டும். பூமி தனது அச்சில் சுழல்வதால் நட்சத்திரங்கள் டெலஸ்கோப்பின் 'பார்வையில்' தொடர்ந்து இருக்க முடியாது போய் விடும். அந்தப் பிரச்னையை சமாளிக்க வழி இருக்கிறது. டெலஸ்கோப்பும் பூமியின் சுழற்சிக்கு ஏற்ப நகரும்படிச் செய்யமுடியும். ஆனால் இரவு முடிந்து பகல் வந்து விட்டால் அந்த நட்சத்திரங்களை டெலஸ்கோப்பினால் ஆராய முடியாது. இரவு நேரங்களிலும் சரி, மழை, பனி மூட்டம், மேக மூட்டம் ஆகிய காரணங்களால் நட்சத்திரங்களைத் தொடர்ந்து ஆராய முடியாமல் போய்விடும்.

இப்படியான பல காரணங்களால்தான் கெப்ளர் டெலஸ்கோப்பை உயரே செலுத்தி அங்கிருந்து நட்சத்திரங்களை ஆராயும்படிச் செய்துள்ளனர். விண்வெளியில் எப்போதும் இரவுதான். காற்று மண்டலப் பிரச்னையும் இல்லை. கெப்ளர் டெலஸ்கோப்பினால் ஒரு லட்சத்துக்கும் மேற்பட்ட நட்சத்திரங்களை வைத்த கண் வாங்காமல் மாதக் கணக்கில் வருடக் கணக்கில் தொடர்ந்து ஆராய முடிகிறது.

12. சூரியனை நகர்த்தும் பூமி

பம்பர விளையாட்டின்போது சில சமயம் பம்பரம் தூங்குகிறது என்பார்கள். அதாவது அப்போது பம்பரம் ஆடாது அசையாது சுற்றிக்கொண்டிருக்கும். அப்படி உறங்கும் பம்பரமும் சரி, மிக அற்ப அளவுக்கு இப்படியும் அப்படியுமாக நகரும். அதாவது அந்த பம்பரத்தின் ஆணியானது தரையில் சிறிய வட்டம் போடும். தனது அச்சில் சுழன்று கொண்டிருக்கின்ற சூரியனும் ஒரு புள்ளியில் நிலைத்து நிற்காமல் இவ்விதம் சிறு வட்டம் போடுகிறது.

இது ஏன் என்பதைக் கவனிப்போம். சூரிய மண்டலத்தில் பூமி உட்பட கிரகங்கள் அனைத்தும் சூரியனைச் சுற்றிச் சுற்றி வருகின்றன. இந்த கிரகங்கள் சூரியனைச் சுற்றுவதை நிறுத்தி விட்டு சூரிய மண்டலத்திலிருந்து வேறு ஏதோ திசையில் செல்ல முற்படுவதில்லை. இதற்கு சூரியனின் ஈர்ப்பு சக்தியே காரணம்.

சூரியனுக்கு ஈர்ப்பு சக்தி உள்ளது போலவே கிரகங்களுக்கும் ஈர்ப்பு சக்தி உண்டு. சூரியனின் ஈர்ப்பு சக்தி மிக மிக அதிகம். சூரியனுடன் ஒப்பிட்டால் கிரகங்கள் ஒவ்வொன்றின் ஈர்ப்பு சக்தி

மிகவும் குறைவு. தவிர, கிரகங்களின் ஈர்ப்பு சக்தி அதனதன் சைஸைப் பொருத்தது.

பூமியின் ஈர்ப்பு சக்தி காரணமாக பூமியைச் சந்திரன் சுற்றி வருகிறது. மனிதன் உயரே அனுப்பியுள்ள எண்ணற்ற செயற்கைக் கோள்களும் இதே காரணத்தால் பூமியைச் சுற்றி வருகின்றன. பூமியைச் சந்திரன் சுற்றுவதுபோலவே வியாழன் கிரகத்தை 64 சந்திரன்கள் சுற்றி வருகின்றன. சூரிய மண்டலத்தில் உள்ள கிரகங்களில் வியாழன்தான் மிகப் பெரியது. எனவே அது மற்ற கிரகங்களை விட அதிக ஈர்ப்பு சக்தி கொண்டது. வியாழனின் ஈர்ப்பு சக்தியானது பூமியின் மீதும் சிறு அளவில் பாதிப்பை உண்டாக்குகிறது.

கிரகங்கள் சூரியனின் ஈர்ப்பு சக்திக்கு உட்பட்டுள்ள அதே நேரத்தில் அவை ஒன்றின்மீது மற்றவை ஈர்ப்பு சக்தியைச் செலுத்துகின்றன. இது மெல்லிய அளவுக்கு உள்ளது. யுரேனஸ் கிரகம் 1781 ஆம் ஆண்டில் கண்டுபிடிக்கப்பட்ட பிறகு அதன் சுற்றுப்பாதையில் பிரச்னை இருப்பது தெரிய வந்தது. யுரேனஸ்மீது அதற்கு அப்பால் இருக்கக்கூடிய ஏதோ ஒரு கிரகத்தின் ஈர்ப்பு சக்தியானது பாதிப்பை ஏற்படுத்துகிறது என்று தோன்றியது. இதை வைத்துத்தான் 1846 ஆம் ஆண்டில் யுரேனஸுக்கு அப்பால் நெப்டியூன் கிரகம் கண்டுபிடிக்கப்பட்டது என்பது குறிப்பிடத்தக்கது.

இது ஒருபுறம் இருக்க பூமிமீது சந்திரனின் ஈர்ப்பு சக்தி மிக மெல்லிய அளவில் பாதிப்பை உண்டாக்குகிறது. கடல் அலைகள் கொந்தளிப்பதற்கு சந்திரனின் ஈர்ப்பு சக்தியே காரணம். அப்படியானால் வியாழன், சனி, பூமி முதலான கிரகங்கள் சூரியன்மீது பாதிப்பை உண்டாக்குகின்றனவா என்று கேட்கலாம். அப்படியான பாதிப்பு இருக்கத்தான் செய்கிறது. இவை அனைத்தும் சூரியன் மீது ஏற்படுத்துகின்ற பாதிப்பு மிக அற்ப அளவில்தான் உள்ளது. இந்த பாதிப்பு காரணமாகவே சூரியன் மிக அற்ப அளவுக்கு இப்படியும் அப்படியுமாக நகருகிறது.

இப்போது விண்வெளி சமாச்சாரத்துக்கு வருவோம். மிகத் தொலைவில் உள்ள ஒரு குறிப்பிட்ட நட்சத்திரத்தை மிக நுட்பமான கருவிகளைக் கொண்டு ஆராய்கிறோம். அந்த நட்சத்திரம் மிக அற்ப அளவுக்கு அசைவதாகத் தெரிகிறது.

அப்படியானால் அந்த நட்சத்திரத்தை ஒரு கிரகம் அல்லது பல கிரகங்கள் சுற்றி வருகின்றன என்று ஊகித்துக் கொள்ளலாம்.

விண்வெளியில் எங்கோ. சூரியன் போன்று இருக்கின்ற நட்சத்திரத்துக்கு அருகே கிரகங்கள் உள்ளனவா என்று கண்டுபிடிக்க இந்தமுறை உபயோகமாக உள்ளது.

வானில் எண்ணற்ற நட்சத்திரங்களை ஆராய்கின்ற கெப்ளர் என்னும் பறக்கும் டெலஸ்கோப் இந்த வழியைப் பின்பற்றி நட்சத்திரங்களுக்கு கிரகங்கள் உள்ளனவா என்பதைக் கண்டுபிடித்து வருகிறது. கெப்ளர் டெலஸ்கோப் இந்த முறையின் மூலம் பல கிரகங்களைக் கண்டுபிடித்துள்ளது.

பல சமயங்களிலும் கெப்ளர் சேகரிக்கும் தகவல்களின் அடிப்படையில் தரையில் உள்ள டெலஸ்கோப்புகளும் ஒருங்கிணைந்து வானை ஆராய்கின்றன. ஆலன் டெலஸ்கோப், தென் அமெரிக்காவில் உள்ள டெலஸ்கோப்புகள் ஆகியவை இதில் முக்கிய பங்காற்றுகின்றன.

எனினும் இந்த விஷயத்தில் ஒரு குறைபாடு உண்டு. சூரியன் மீது பூமி ஏற்படுத்தும் பாதிப்பைவிட பூமியைப்போல 1300 மடங்கு பெரியதான வியாழன் ஏற்படுத்தும் பாதிப்பு அதிகம். அந்த வகையில் எங்கோ இருக்கின்ற ஒரு நட்சத்திரம் மீது வியாழன் கிரகத்தைப்போல உள்ள பெரிய கிரகங்கள் ஏற்படுத்தும் பாதிப்பு அதிகம். எனவே அண்டவெளியில் உள்ள கிரகங்களை ஆராய்கையில் வியாழன் போன்று உள்ள பெரிய கிரகங்களை நன்கு கண்டுபிடித்து விட முடிகிறது. இக் காரணத்தால்தான் கெப்ளர் கண்டுபிடித்துள்ள கிரகங்களில் பெரும்பாலானவை வியாழன் கிரகத்தைப்போல அல்லது அதை விடப் பெரிதாக உள்ளன.

பூமி சைஸில் உள்ள ஒரு கிரகம் அதன் தாய் நட்சத்திரம் மீது ஏற்படுத்தும் விளைவு குறைவு என்பதால் பூமி போன்ற கிரகங்கள் எளிதில் தட்டுப்படுவதில்லை. எதிர்காலத்தில் மேலும் நுட்பமான ஆய்வு முறை உருவாக்கப்படும்போது பூமி போன்ற கிரகங்களை எளிதில் கண்டுபிடிக்க முடியலாம்.

சூரிய மண்டலத்தில் வியாழன் கிரகம் சூரியனிலிருந்து சுமார் 140 கோடி கிலோ மீட்டர் தொலைவில் உள்ளது. (சூரியனிலிருந்து

பூமியானது சுமார் 15 கோடி கிலோ மீட்டர் தொலைவில் உள்ளது). ஆனால் கெப்ளர் ஆராய்ந்த நட்சத்திரங்களில் சிலவற்றில் வியாழன் போன்ற பெரிய கிரகம் அந்த நட்சத்திரத்துக்கு அருகாமையி லேயே உள்ளது.

கிரகங்களைக் கண்டுபிடிக்க கெப்ளர் டெலஸ்கோப் வேறு ஒரு முறையையும் பின்பற்றுகிறது. இரவு வானைக் காணும்போது நம் பார்வையில் ஒரு நட்சத்திரத்துக்கு மிக அருகில் இன்னொரு நட்சத்திரம் தென்படலாம். உண்மையில் அவை அருகருகே இல்லாமல் ஒரு நட்சத்திரத்துக்குக் கிட்டத்தட்ட நேர் பின்னால் - பல சமயங்களிலும் - வெகு தொலைவில் வேறு நட்சத்திரம் அமைந்திருக்கலாம். அப்படியான நிலையில் நம் பார்வையில் இந்த இரண்டும் அருகருகே இருப்பது போன்று தோன்றும்.

எனவே பின்னால் இருக்கின்ற நட்சத்திரத்தின் ஒளியானது முன்புறத்தில் உள்ள நட்சத்திரத்தை மிக நெருக்கமாகக் கடந்து வர நேரிடும். முன்புறத்தில் உள்ள நட்சத்திரத்தின் ஈர்ப்பு சக்தி காரணமாகப் பின்னால் உள்ள நட்சத்திரத்தின் ஒளி சற்றே வளைந்து வரும். அதே சமயத்தில் ஒரு கிரகம் இருந்தால் அது சற்றே பெரிதாகத் தெரியும். இந்த விளைவுகளை வைத்து பின்னால் இருக்கின்ற நட்சத்திரத்துக்கு இருக்கக்கூடிய கிரகங்களைக் கண்டறிய இயலும்.

சூரியன் மாதிரியான நட்சத்திரங்களுக்கு அருகே உள்ள கிரகங்களைக் கண்டுபிடிப்பதில் இந்த முறை உபயோகமாக உள்ளது. இவ்விதமாக கெப்ளர் டெலஸ்கோப் எங்கோ இருக்கின்ற கிரகங்களைக் கண்டுபிடிக்கப் பல முறைகளைப் பின்பற்றுகிறது. கெப்ளரின் சாதனை பற்றி அடுத்து கவனிப்போம்.

13. அண்டவெளியில் பூமிக்கோர் அண்ணன்

வானில் மிக உயரத்தில் பறந்து கொண்டிருக்கும் கெப்ளர் டெலஸ்கோப் வானில் ஒரு லட்சத்துக்கும் அதிகமான நட்சத்திரங் களை ஆராய்ந்து பல ஆயிரம் கிரகங்களைக் கண்டுபிடித்துள்ளது. ஆனால் அவற்றில் நான்கு மட்டுமே சம்பந்தப்பட்ட நட்சத்திரத்திலிருந்து உகந்த தொலைவில் உள்ளன. இந்த நான்கில் எதுவுமே பூமி சைஸில் இல்லை. மூன்று கிரகங்கள் பூமியையிட சற்று பெரியவை. நான்காவது கிரகம் பூமியையிட மிகவும் பெரியது. இவற்றில் ஒரு கிரகத்தை சில நிபுணர்கள் 'பூமியின் அண்ணன்' என்று வர்ணித்தனர். ஆனாலும் இந்தக் கிரகத்துக்கு பூமிக்கு உரிய 'லட்சணங்கள்' எதுவும் இல்லை.

வேறு விதமாகச் சொல்வதானால் இதுவரை பூமி மாதிரியான கிரகம் ஒன்றுகூடக் கண்டுபிடிக்கப்படவில்லை. எனினும் இதனால் மனம் தளர வேண்டிய அவசியம் இல்லை என்று விஞ்ஞானிகள் கூறுகின்றனர்.

அண்டவெளியில் பூமி மாதிரி கிரகம் உள்ளதா என்று நாம் கடந்த சில ஆண்டுகளாகத் தான் தீவிரமாகத் தேடி வருகிறோம். இரண்டாவதாக கெப்ளர் பறக்கும் டெலஸ்கோப்பானது வானில் குறிப்பிட்ட சிறு பகுதியில் மட்டும் தான் தேடி வருகிறது. ஆகவே இதுவரை நடந்துள்ள தேடலை வைத்து பூமி மாதிரி கிரகம் அண்டவெளியில் வேறு எங்கும் இல்லை என்ற முடிவுக்கு நாம் வந்துவிட முடியாது என்று விஞ்ஞானிகள் சுட்டிக் காட்டுகின்றனர்.

உள்ளபடி கெப்ளர் டெலஸ்கோப் வானில் உள்ள மொத்தம் 88 ராசிகளில் மூன்று ராசிகளில் மட்டும்தான் கிரகங்களைத் தேடி வருகிறது என்பது குறிப்பிடத்தக்கது.

கெப்ளரின் தேட்டம் பற்றிய புள்ளி விவரங்களைக் கூறுவதானால் 2016 பிப்ரவரி முதல் வார நிலவரப்படி 2056 கிரகங்கள் கண்டுபிடிக்கப்பட்டுள்ளன. இவை வெவ்வேறு நட்சத்திரங் களைச் சுற்றி வருபவை. இவை தவிர, சுமார் 4700 உத்தேச கிரகங்கள் கண்டுபிடிக்கப்பட்டுள்ளன. அனேகமாக கிரகங்களாக இருக்கலாம் என்ற கருத்தில் இவை 'உத்தேச' கிரகங்கள் என்று வகைப்படுத்தப்பட்டுள்ளன. கெப்ளர் டெலஸ்கோப் அனுப்பிய தகவல்களை ஆராயும் விஞ்ஞானிகள் இந்த உத்தேச கிரகங்கள் பற்றிய விவரங்களை நுணுக்கமாக ஆராய்ந்து வருகின்றனர்.

கெப்ளர் டெலஸ்கோப் எவ்விதம் கிரகங்களைக் கண்டுபிடித்து வருகிறது என்பதை முந்தைய அத்தியாயங்களில் கவனித்தோம். கெப்ளர் தனது ஆராய்ச்சிகளின்போது நிறைய தகவல்களைச் சேகரித்தது. குறிப்பிட்ட கிரகம் அது சுற்று வருகின்ற நட்சத்திரத்திலிருந்து எவ்வளவு தொலைவில் உள்ளது, அந்தக் கிரகத்தின் சுற்றுப்பாதை, அந்த நட்சத்திரத்தை ஒரு தடவை சுற்றி முடிக்க எவ்வளவு நாட்கள் ஆகின்றன, கிரகத்தின் நிறை, அதன் குறுக்களவு, அதன் அடர்த்தி, நட்சத்திரத்தின் நிறை, அந்த நட்சத்திரத்தின் வெளிப்புற வெப்பம் இப்படியாக பல தகவல்களைச் சேகரித்து வந்துள்ளது.

ஆகவே கெப்ளரின் பணி முடிவடைந்தாலும் அது சேகரித்து அனுப்பியுள்ள தகவல்களை நிபுணர்கள் பகுத்து ஆராயும்போது பல புதிய கண்டுபிடிப்புகள் செய்யப்படலாம்.

இங்கு ஒன்றைக் குறிப்பிட வேண்டும். அண்டவெளியில் எங்கோ இருக்கின்ற நட்சத்திரங்களுக்கு கிரகங்கள் உள்ளனவா என்று தேடும் பணியை கெப்ளர் டெலஸ்கோப்தான் முதன் முதலில் ஆரம்பித்து வைத்ததாகக் கூற முடியாது. இது 25 ஆண்டுகளுக்கு முன்பே தொடங்கி விட்டது. தரையில் அமைந்த டெலஸ்கோப்புகள்தான் இதைத் தொடங்கி வைத்தன. 1995 ஆம் ஆண்டில் முதலாவது கிரகம் கண்டுபிடிக்கப்பட்டது. அது வியாழன் அளவுக்குப் பெரியதாகும்.

பின்னர் 2006 ஆம் ஆண்டில் ஐரோப்பிய விண்வெளி அமைப்பு செலுத்திய காரோட் என்னும் செயற்கைக்கோள் சில ஆண்டுக்காலம் செயல்பட்டு 32 அண்டவெளிக் கிரகங்களைக் கண்டுபிடித்தது. இவற்றில் எதுவும் பூமி மாதிரியானது அல்ல. எல்லாமே வியாழனை விடப் பெரியவை.

இதற்கிடையே பூமியிலிருந்தே டெலஸ்கோப்புகள் மூலம் கிரகங்களைக் கண்டுபிடிப்பதில் பல முன்னேற்றங்கள் ஏற்பட்டுள்ளன. இதில் இத்தனை காலமாக இருந்து வந்துள்ள பெரிய பிரச்னை நட்சத்திரத்தின் பிரகாசம். ஒரு மேஜையில் பிரகாசமான பெட்ரோமாக்ஸ் விளக்கு வைக்கப்பட்டுள்ளது. அதன் அருகே யாராவது நின்றால் அந்த விளக்கின் பிரகாசம் காரணமாக அவரது முகம் தெளிவாகத் தெரியாது. நாம் ஒரு கையால் பெட்ரோமாக்ஸ் விளக்கு வெளிச்சத்தை மறைத்துக் கொண்டு பார்த்தால் அருகே நிற்பவரின் முகம் தெளிவாகத் தெரியும்.

எனவே நட்சத்திரத்தை மறைத்து அருகே இருக்கின்ற கிரகம் மட்டும் தெரிகின்ற வகையிலான உத்தி இப்போது கையாளப் படுகிறது. தென் அமெரிக்காவில் சிலி நாட்டில் உள்ள ஜெமினி சவுத் டெலஸ்கோப்பில் இவ்வித ஏற்பாடு பின்பற்றப்படுகிறது. ஆனாலும் இப்போதைக்கு இது வியாழன் போன்ற பெரிய கிரகங்களைக் கண்டுபிடிப்பதற்கு மட்டுமே பயன்படுவதாக உள்ளது. பூமி மாதிரி சிறிய கிரகங்களையும் இவ்வித முறையில் கண்டுபிடிப்பதற்கான வழிமுறைகள் உருவாக்கப்பட்டு வருகின்றன.

காரோட்டின் பணி ஏற்கெனவே முடிந்துவிட்டது. கெப்ளரின் பணியும் விரைவில் முடிந்துவிடும் என்ற நிலையில் அண்டவெளியில் உள்ள கிரகங்களை, குறிப்பாக பூமி மாதிரி கிரகங்களைக் கண்டுபிடிக்கும் முயற்சி நின்று போய்விடும் என்று கருதலாகாது.

கெப்ளர் குறிப்பாக, மங்கலான, அத்துடன் மிகத் தொலைவில் உள்ள நட்சத்திரங்களை ஆராய்ந்து வந்துள்ளது. அடுத்ததாக 'டெஸ்' எனப்படும் ஒரு பறக்கும் டெலஸ்கோப் உயரே செலுத்தப்பட இருக்கிறது. இது ஒப்புநோக்குகையில் அருகே உள்ள, அத்துடன் பிரகாசமான நட்சத்திரங்களை ஆராய்ந்து அவற்றுக்கு உள்ள கிரகங்களைத் தேடும். கெப்ளர் வானில் குறிப்பிட்ட சிறிய பகுதியைத் தான் ஆராய்ந்தது. 'டெஸ்' டெலஸ்கோப் வானம் முழுவதையும் ஆராய்வதாக இருக்கும். அது முதல் இரண்டு ஆண்டுகளில் ஆயிரம் கிரகங்களைக் கண்டுபிடிக்கலாம் என்று எதிர்பார்க்கப்படுகிறது.

தவிர, எக்சோபிளானட்சாட் என்னும் ஒரு செயற்கைக்கோளும் செலுத்தப்பட இருக்கிறது. இந்த செயற்கைக்கோள் உயரே சென்றதும் அதிலிருந்து பல நுண் செயற்கைக்கோள்கள் வெளிப்படும். இவை ஒவ்வொன்றும் தனித்தனியே சூரியன் மாதிரி உள்ள நட்சத்திரங்களை ஆராயும்.

ஐரோப்பிய விண்வெளி அமைப்பு 30 மீட்டர் குறுக்களவுள்ள பிரதிபலிப்புக் கண்ணாடியுடன் கூடிய டெலஸ்கோப் ஒன்றை தென் அமெரிக்காவில் அடகாமா பாலைவனத்தில் நிறுவ இருக்கிறது. 20 ஒளியாண்டு தொலைவில் இருக்கக்கூடிய பூமி மாதிரி கிரகங்களையும் இதன் மூலம் கண்டுபிடித்துவிடலாம். இது 2020 ஆம் ஆண்டு வாக்கில் செயல்படத் தொடங்கும். இவ்விதமாக பூமி மாதிரிக் கிரகங்களைக் கண்டுபிடிப்பதற்கான முயற்சிகள் தொடர்ந்து நீடிக்கும்.

எதிர்காலத்தில் பூமி மாதிரி ஒரு கிரகம் கண்டுபிடிக்கப்படுவதாக வைத்துக்கொள்வோம். நம்மால் ஒரு விண்கலம் மூலம் அந்த கிரகத்துக்குச் சென்று பார்க்க முடியுமா என்ற கேள்வி எழுகிறது. இப்போது நம்மிடம் உள்ள தொழில்நுட்பத்தை வைத்துச் சொல்வதானால் அதற்கு வாய்ப்பு இல்லை. சொல்லப் போனால்

நமது பக்கத்து வீடு என்று சொல்லத்தக்க செவ்வாய் கிரகத்துக்குப் போய்விட்டு வருவதற்கே பல பிரச்னைகள் தீர்க்கப்பட வேண்டியுள்ளன.

விஞ்ஞானிகள் எப்போதும் இது சாத்தியமே இல்லை என்று ஒதுக்கித் தள்ளுவதில்லை. பல ஆண்டுக்காலம் பிடிக்கக்கூடிய நீண்ட அண்டவெளிப் பயணத்தில் அடங்கிய பிரச்னைகள் பற்றி ஏற்கெனவே ஆய்வுகள் நடந்து வருகின்றன.

14. வேற்றுலகப் பயணம் சாத்தியமா?

சூரிய மண்டலத்துக்கு வெளியே எங்கோ ஒரு கிரகத்தில் நம்மைப் போன்ற மனிதர்கள் இருப்பதாக வைத்துக்கொள் வோம். அவர்களைப் பார்க்க நமக்கு ஆசையாக இருக்கிறது. நம்மால் நேரில் சென்று பார்க்க முடியுமா?

அந்த கிரகத்துக்குச் செல்வதில் ஒன்றல்ல பல பிரச்னைகள் உள்ளன. அவற்றை நம்மால் சமாளிக்க முடியும் என்றால் அது சாத்தியமே.

முதல் பிரச்னை அந்தக் கிரகம் உள்ள தொலைவு. சந்திரனுக்குச் சென்று வந்தோமே என்று கேட்கலாம். சந்திரன் பூமியின் அவுட் ஹவுஸ் மாதிரி. சந்திரன் 'வெறும்' நான்கு லட்சம் கிலோ மீட்டர் தொலைவில் இருப்பதாகும். கட்டுச்சோறு கட்டிக்கொண்டு சந்திரனுக்கு ஒன்றரை நாளில் போய்ச் சேர்ந்துவிடலாம். ஆனால் நாம் எங்கோ இருக்கின்ற நட்சத்திரத்தைச் சுற்றி வருகின்ற கிரகத்துக்குச் சென்றாக வேண்டும்.

பூமிக்கு (சூரியனுக்கு) 'மிக அருகில்' இருக்கின்ற நட்சத்திரம் என்பது 'பிராக்சிமா செண்டாரி' நட்சத்திரமாகும். அது 4.24 ஒளியாண்டு தொலைவில் உள்ளது. ஒளியாண்டு என்பது தூரத்தைக் குறிப்பிடுகின்ற அலகு ஆகும். ஒளி ஓரிடத்திலிருந்து கிளம்பியதிலிருந்து ஓராண்டுக் காலத்தில் பயணம் செய்திருக்கக் கூடிய தூரமே ஒளியாண்டு தொலைவு ஆகும்.

ஒளியாண்டு தூரம் என்பது சுமார் 9 லட்சத்து 46 ஆயிரம் கோடி கிலோ மீட்டராகும் என்பதை முந்தைய அத்தியாயம் ஒன்றில் கவனித்தோம். நட்சத்திரங்களுக்கு உள்ள தூரத்தை கிலோ மீட்டர் கணக்கில் சொல்வதானால் நிறைய பூஜ்யங்களைப் போட வேண்டியிருக்கும் என்பதால் ஒளியாண்டு என்ற அலகைப் பயன்படுத்துகின்றனர்.

தூரம் ஒரு பெரிய பிரச்னை அல்ல. தகுந்த தொழில் நுட்பம் இருந்தால் தூரத்தை ஜெயிக்கலாம். பஸ், ரயில் வண்டி, விமானம் ஆகியவை இல்லாத காலத்தில் தமிழகத்திலிருந்து காசி யாத்திரை சென்றுவிட்டு வருவது என்பது பெரும்பாடாக இருந்தது. விமானம் கண்டுபிடிக்கப்பட்டதற்கு முன்னர் இந்தியாவிலிருந்து லண்டனுக்கு கப்பல் மூலம் செல்ல பல மாதம் பயணம் செய்ய வேண்டியிருந்தது. ஆனால் பின்னர் புதிய தொழில் நுட்பங்கள் தூரத்தை வென்றன. ராக்கெட்டும் விண்கலமும் சந்திர மண்டலப் பயணத்தைச் சாத்தியமாக்கின.

சுமார் 11 ஒளியாண்டு தொலைவில் உள்ள 'டாவ் செடி' என்னும் நட்சத்திரத்தை பூமி போன்ற இரு கிரகங்கள் சுற்றுவதாகக் கண்டுபிடித்திருக்கிறார்கள். ஒளி வேகத்தில் இல்லாவிட்டாலும் கிட்டத்தட்ட ஒளி வேகத்தில் ஒரு விண்கலத்தைச் செலுத்தும் திறன் கொண்ட ராக்கெட்டை நம்மால் உருவாக்க முடியுமானால் நீண்ட அண்டவெளிப் பயணம் பற்றிச் சிந்திக்க முடியும்.

இப்போது நம்மிடம் உள்ள ராக்கெட்டுகள் அதி வேகத்தில் செல்லக்கூடியவை அல்ல. 2006 ஆம் ஆண்டில் நாஸாவின் ஒரு ராக்கெட்டானது குட்டிக் கிரகமான புளூட்டோவை நோக்கி ஒரு ஆளில்லா விண்கலத்தைச் செலுத்திய போது அந்த ராக்கெட்டானது மணிக்கு 64 ஆயிரம் கிலோ மீட்டர் வேகத்தில் பாய்ந்தது. உலகில் விண்வெளி வரலாற்றிலேயே ஒரு ராக்கெட் அந்த வேகத்தில் செலுத்தப்பட்டது அதுவே முதல் தடவை.

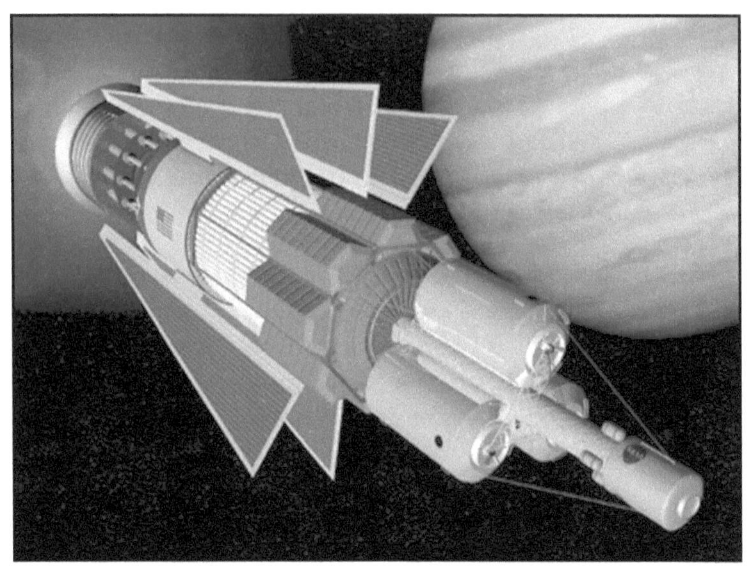

அண்டவெளிப் பயணத்துக்கான ராக்கெட்.
இது ஓவியர் கற்பனையாக வரைந்தது

ஆனால் மிகத் தொலைவில் உள்ள கிரகத்துக்கு நாம் செல்வதானால் ஒரு விண்கலத்தை மணிக்கு பல கோடி கிலோ மீட்டர் வேகத்தில் செலுத்தக்கூடிய ராக்கெட் தேவை. ராக்கெட்டுகளில் இப்போது நாம் பயன்படுத்துகின்ற திரவ ஹைட்ரஜன், திரவ ஆக்சிஜன் எரிபொருள்களால் அவ்வித வேகத்தை அளிக்க இயலாது. எனவே புதிய வகை எரிபொருளைக் கண்டுபிடித்தாக வேண்டும். அது மட்டும் போதாது. அதி வேகத்தில் செல்கின்ற ராக்கெட்டைப் புதிய வகைப் பொருள்களைக் கொண்டு தயாரிக்க வேண்டியிருக்கும்.

பூமியிலிருந்து அந்த வேகத்தில் கிளம்பிவிட்ட பிறகு வழி நெடுகப் பயணம் செய்ய எரிபொருள் செலவு எதுவும் கிடையாது. பயணிக்க ஆரம்பித்துவிட்ட பிறகு விண்கலமானது இயற்கை விதிகளின்படி தொடர்ந்து சென்று கொண்டிருக்கும். நாம் காரில் செல்வதானால், போய்ச் சேருகின்ற இடம் வரையில் எஞ்சின் இயங்கியாக வேண்டும். ஆகவே ஒவ்வொரு வினாடியும் எரிபொருள் (பெட்ரோல் அல்லது டீசல்) செலவாகிக் கொண்டிருக்கும். விண்வெளிப் பயணம் அப்படியானதல்ல. கிளம்பிவிட்ட பிறகு எஞ்சின் செயல்பட வேண்டியதில்லை.

வேகத்தை அதிகரிக்க வேண்டிய அவசியம் ஏற்பட்டால், அல்லது வேகத்தைக் குறைக்க வேண்டிய அவசியம் ஏற்படும் போதுதான் மறுபடி எஞ்சினை இயக்கியாக வேண்டும். ஆற்றில் ஆளில்லாப் படகைத் தள்ளிவிட்டால் அது தானாக மிதந்து செல்வதைப்போல விண்கலம் விண்வெளியில் சென்று கொண்டிருக்கும். சூரியனை கோடிக்கணக்கான ஆண்டுகளாகச் சுற்றி வருகின்ற பூமியில் சூரியனைச் சுற்றி வருவதற்கு ஏதேனும் எரிபொருள் இருக்கிறதா?

அதி வேகத்தில் செல்வதற்கு உதவக்கூடிய எரிபொருளை உருவாக்குவதில் வெற்றி பெற்றுவிட்டால் அந்த வேகத்தில் செல்வதற்கான ராக்கெட்டைத் தயாரிப்பது சாத்தியமாகலாம்.

அவ்வளவு தொலைவு செல்லும் விண்கலத்தில் இரண்டு பேர் அல்லது மூன்று பேர் ஏறிச் செல்வது என்பது உசிதமாக இருக்காது. குறைந்தது முப்பது பேர் சென்றாக வேண்டும். மிக நீண்ட தூரப் பயணத்துக்கான விண்கலத்தின் பல்வேறு பகுதிகளையும் கவனித்துப் பராமரிக்கவே பலர் தேவைப்படுவர்.

இவ்வித நீண்ட பயணத்தின் முடிவில் அந்த கிரகத்தில் இறங்க முடிவதாக வைத்துக்கொண்டாலும் மேலே வருவது எளிதான விஷயமாக இராது.

பூமிக்கு அருகில் உள்ள செவ்வாய் கிரகத்துக்கு மனிதன் செல்வதில் உள்ள பிரச்னையே கீழே இறங்கினால் எப்படி மேலே வருவது என்பது தான். ஏனெனில் ராக்கெட் இல்லாமல் ஒரு விண்கலம் மேலே வரமுடியாது. நாம் எந்த கிரகத்துக்குச் சென்றாலும் மேலே ஏறி வருவது என்பது பெரிய பிரச்னையாகவே இருக்கும்.

ஒன்று செய்யலாம். அந்த கிரகத்தில் இறங்காமல் அதை வட்டமடித்து விட்டுத் திரும்பலாம். இப்படிச் செய்தால் பிரச்னை இராது. சந்திரனில் 1969 ஜூலையில் முதல் தடவையாக மனிதன் இறங்கியதற்கு முன்னர் நாஸா அதே ஆண்டு மே மாதம் அனுப்பிய அப்பலோ -10 விண்கலத்தில் சென்ற அமெரிக்க விண்வெளி வீரர்கள் மூவர் இப்படியாக சந்திரனை ஒரு ரவுண்ட் அடித்து விட்டு பூமிக்கு வந்து சேர்ந்தனர். ஒத்திகைப் பயணம் என்பதால் அவர்கள் சந்திரனில் இறங்கவில்லை.

சுமார் 11 ஒளியாண்டு தொலைவில் உள்ள கிரகத்துக்கு இவ்விதம் ஒத்திகைப் பயணத்தை மேற்கொள்ளலாம். அது வெற்றி பெற்றால் அடுத்த தடவையில் கீழே இறங்குவது பற்றிச் சிந்திக்கலாம்.

எங்கோ இருக்கிற கிரகத்துக்குப் போய்ச் சேருவதற்கு பன்னிரெண்டு ஆண்டுகளுக்கு மேல் ஆகும் என்றால் விண்கலத்தில் உள்ளவர்கள் எப்படி ஜீவிப்பது? அவர்களுக்கு சாப்பாடு தண்ணீர் வேண்டாமா? முப்பது பேருக்கு வேண்டிய உணவை கையோடு எடுத்துச் செல்வது என்றால் அவற்றின் எடையே மிகப் பிரும்மாண்டமாக இருக்கும்.

ஆனால் இந்த சாப்பாட்டுப் பிரச்னையைத் தீர்க்க ஒரு வழி உண்டு. அவசியமாக விழித்துக் கொண்டிருக்கிற சிலரைத் தவிர, யாருக்கும் மாதக் கணக்கில் சாப்பாடே கிடையாது என்றால் பிரச்னை தீர்ந்து விடும். அதாவது சாப்பிட வேண்டிய அவசியமே இன்றி அவர்கள் பல ஆண்டு காலம் தொடர்ந்து கட்டாயமாக உறங்கும்படிச் செய்துவிட்டால் பிரச்னையை சமாளித்துவிடலாம். இப்படியான நீள் துயில் சாத்தியமா என்பது ஏற்கனவே ஆராயப்பட்டு வருகிறது

15. நீள் துயில் ரகசியம்

மனிதனால் தொடர்ந்து பல நாட்கள் உண்ணாவிரதம் இருக்க முடியும். ஆனால் தண்ணீர் இல்லாமல் சில நாட்களுக்கு மேல் உயிர் வாழ முடியாது.

ஆனால் வட துருவப் பகுதிக்கு அருகே உள்ள ஐஸ்லாந்து, கிரீன்லாந்து, கனடாவின் வட பகுதி, ரஷ்யாவின் வட பகுதி போன்றவற்றில் குளிர் காலம் வந்தால் சில வகை விலங்குகள் அன்ன ஆகாரமின்றி இயல்பாக மாதக் கணக்கில் உறங்க ஆரம்பித்துவிடும். என்ன முயன்றாலும் அவற்றை எழுப்ப முடியாது. இந்த வகை உறக்கத்துக்கு நீள் துயில் என்று பெயர். குளிர் காலம் அகன்றதும் அவை விழித்துக்கொண்டு நடமாட ஆரம்பித்துவிடும்..

மரத் தவளைகள், தரை அணில், வெளவால். சில வகை எலிகள், ஒரு வகைப் பாம்புகள் எனப் பல சிறிய பிராணிகளுக்கு இவ்விதம் நீள் துயிலில் ஈடுபடும் திறன் உள்ளது.

எங்கும் வெண்பனியால் மூடப்படும் பிராந்தியத்தில் கடும் குளிர் காலத்தில் இரை தேடிப் போவது கடினம். தவிர, இரை

கிடைக்காது. எனவே குளிர் காலத்தில் உயிர் பிழைக்க இப்பிராணிகள் உணவு தண்ணீர் இன்றி பல மாத காலம் தொடர்ந்து உறங்குகின்றன. இது இயற்கை அளித்த வரம். இவ்வித நீள் துயிலானது ஆங்கிலத்தில் ஹைபர்னேஷன் (Hibernation) எனப்படுகிறது.

நீள் துயில் காலத்தில் இவை சுருண்டு படுத்துக்கொண்டுவிடும். தரை அணில் ஒன்பது மாத காலம்கூட நீள் துயிலில் இருக்கும்.

நீள் துயிலில் ஈடுபடும் பிராணிகளைப் பார்த்தால் செத்த மாதிரியில் இருக்கும். உடலின் மேற்பகுதியில் பனித்துகள்கள் படிந்திருக்கலாம். உடல் பயங்கர குளிர்ச்சியாக இருக்கும். தொட்டுப்பார்த்தால் இருதயத் துடிப்பு அறவே நின்றுவிட்டது போல இருக்கும்.

சாதாரணக் காலங்களில் துருவ வெளவாலின் இதயம் ஒரு நிமிஷத்துக்கு 400 தடவை துடிக்கும். நீள் துயில் காலத்தில் அது ஒரு நிமிஷத்துக்கு 25 ஆகக் குறைந்து போகும். சுவாசம் ஒரு மணிக்கு ஒரு தடவை என்ற அளவுக்குக் குறைந்து போவதாகக் கண்டறியப்பட்டுள்ளது.

துருவ வட்டாரப் பிராணிகள் நீள் துயிலில் ஈடுபடுவதும் பின்னர் விழித்தெழுவதும் எப்படி என விஞ்ஞானிகள் தீவிரமாக ஆராய்ந்து வருகின்றனர். ஆனாலும் இன்னமும் இதன் ரகசியம் தெரியவில்லை. இது ரத்தம் சம்பந்தப்பட்டதாக இருக்கலாம் என்று கருதப்படுகிறது. விஞ்ஞானிகள் ஒரு சமயம் நீள் துயிலில் இருந்த தரை அணிலின் உடலிலிருந்து சிறிது ரத்தத்தை எடுத்து நீள் துயிலில் ஈடுபடாத தரை அணிலின் உடலில் செலுத்தினர். அதுவரை விழித்த நிலையில் இருந்த அந்த தரை அணில் உடனே நீள் துயிலில் ஈடுபட்டது.

நீள் துயில் மாதிரியில் இன்னொரு நிலையும் உண்டு. இது அயர் நிலை எனப்படுகிறது. அதாவது துருவக் கரடிகள் இவ்வித நிலைக்கு உள்ளாகின்றன. அயர் நிலைக்கும் நீள் துயில் நிலைக்கும் வித்தியாசம் உண்டு. அயர் நிலையில் உள்ள பிராணிகளை உலுக்கினால் அவை விழித்துக்கொள்ளும். நீள் துயிலில் உள்ள பிராணிகளை எழுப்ப முடியாது.

அயர் நிலைக்குச் செல்கின்ற விலங்குகளும்கூட, உணவு எடுத்துக் கொள்ளாமல் பல நாட்களுக்கு சுருண்டு உறங்கும். ஆனால் குளிர்

காலம் என்று இல்லாமல் நினைத்த நேரத்தில் அவற்றினால் அயர் நிலைக்குச் செல்ல முடியும். ஆங்கிலத்தில் இதை torpor என்று கூறுகின்றனர்

உலகில் சில பகுதிகளில் கடும் வெயில் காலத்தில் சில வகைப் பிராணிகள் பெரும்பாலும் நிலத்துக்குள் புதைந்துகொண்டு நீள் துயிலுக்குச் செல்கின்றன. சிலவகை நத்தைகள், பாலைவன ஆமை, முதலை, சிலவகைத் தவளைகள் இவ்விதம் நீள் துயிலில் ஈடுபடுகின்றன. இந்தவகை நீள் துயிலை ஆங்கிலத்தில் 'எஸ்டிவேஷன்' என்று கூறுகின்றனர்.

மனிதனால் இப்படி பல மாத காலம் அன்ன ஆகாரமின்றி இருக்க முடியாது. ஒருவர் பல மணி நேரம் தொடர்ந்து உறங்கலாம். ஆனால் அப்படி உறங்கும்போதும் உடல் வெப்ப நிலை ஒரே சீராக இருந்தாக வேண்டும். ரத்த ஓட்டம் வழக்கம்போல இருக்க வேண்டும். இருதயமும் வழக்கம்போல செயல்பட்டுக் கொண்டிருக்க வேண்டும். இவை அனைத்துக்கும் உடலுக்கு சக்தி வேண்டும்.

நீண்ட விண்வெளிப் பயணத்தின்போது விண்வெளி வீரர்களை துருவப் பகுதி பிராணிகளைப்போல் நீள் துயிலில் ஈடுபடச் செய்தால் பல வகைகளிலும் வசதியாக இருக்கும். இந்த நோக்கில் நாசா 1950 களில் நீள் துயில் குறித்து ஆராய்ச்சி நடத்தியது. ரஷ்யர்களும் இவ்வித ஆராய்ச்சியில் ஈடுபட்டனர்.

செவ்வாய் கிரகத்துக்கு விண்வெளி வீரர்களை அனுப்பத் திட்டமிட்டுள்ள நாசா இப்போது மறுபடியும் நீள் துயில் பற்றிய ஆராய்ச்சியில் ஈடுபட்டுள்ளது. செவ்வாய்க்கு ஒரு விண்கலத்தில் கிளம்பினால் போய்ச் சேர எட்டு மாதங்கள் ஆகும். விண்கலத்தில் ஆறு பேர் ஏறிச் செல்வதாக வைத்துக்கொள்வோம். எந்த நேரத்திலும் நான்கு பேர் நீள் துயிலில் ஈடுபடுவதாக வைத்துக் கொண்டால் சாப்பாட்டுப் பிரச்னை உட்பட பல பிரச்னைகள் தீர்க்கப்பட்டுவிடும். விண்கலத்தில் இரண்டு பேருக்கு எட்டு மாத காலத்துக்கான உணவு இருந்தால் போதும். எனவே விண்கலத்தில் ஏற்றிச் செல்ல வேண்டிய உணவுப் பொருள்களின் அளவு குறையும். அந்த அளவில் எடுத்துச் செல்ல வேண்டிய எடை குறையும்.

எதிர்காலத்தில் அண்டவெளியில் எங்கோ இருக்கின்ற ஒரு கிரகத்துக்குச் செல்ல பல ஆண்டு பயணம் செய்ய வேண்டிய

அவசியம் ஏற்படலாம். அவ்விதப் பயணத்துக்கு நீள் துயில் ஏற்பாடு மிகவும் உதவும்.

உணவுத் தேவை மட்டுமன்றி விண்கலத்தில் ஆக்சிஜன் தேவையும் குறைந்துவிடும். ஏனெனில் நீள் துயிலில் ஈடுபட்டவர்களின் சுவாசம் குறைவாக இருக்கும். தவிர, விண்கலத்தில் சேரும் கழிவுகளும் குறைவாக இருக்கும். வட துருவப் பகுதியில் நீள் துயிலில் ஈடுபடும் பிராணிகளின் உடலிலிருந்து கழிவுகள் வெளியாவதில்லை...

மனிதனால் நினைத்தபோது நீள் துயில் நிலைமைக்குச் செல்ல முடியும் என்றால் அது பெரும் புரட்சியாக இருக்கும். வேலைக்குச் சென்று சம்பாதிக்க விருப்பம் இல்லாதவர்கள் நீள் துயிலில் ஈடுபட்டுவிடலாம். வீட்டில் சமையல் செய்ய விரும்பாத பெண்கள், தங்களது கணவன்மார்கள் திண்டாடட்டும் என்ற எண்ணத்தில் நீள் துயிலில் ஈடுபட்டு விடலாம்.

விஞ்ஞானிகளைப் பொருத்தவரையில் குறிப்பிட்ட மருந்தை உட்கொள்வதன் மூலம் அல்லது ஊசி போடுவதன் மூலம் ஒருவரைத் திட்டமிட்டு நீள் துயிலில் ஈடுபடும்படிச் செய்வதற்கான வழியைக் கண்டுபிடிப்பதில் குறியாக இருக்கிறார்கள்.

நீள் துயில் நிலையில் இருதயத் துடிப்பு குறையும். சுவாசம் குறையும். என்பதால் வைத்தியத் துறையிலான நிபுணர்களும் நீள் துயில் விஷயத்தில் ஆர்வம் காட்டுகின்றனர். விபத்து காரணமாக அல்லது வேறு காரணத்தால் ஆபத்தான நிலையில் உள்ள ஒருவருக்கு சிகிச்சை அளிக்க அவரை செயற்கையாக நீள் துயிலில் ஈடுபடும்படிச் செய்தால் டாக்டர்களால் உரிய அறுவை சிகிச்சைகளை மேற்கொள்ளப் போதுமான அவகாசம் கிடைக்கும்.

16. எதிர் பொருள் ராக்கெட்

பொருளையும் எதிர் பொருளையும் எரிபொருளாகப் பயன்படுத்தி இயங்குகின்ற ராக்கெட்டை எதிர் பொருள் ராக்கெட் என்று சொல்லலாம். இப்படியான ராக்கெட்டை உருவாக்க முடியுமானால் கிட்டத்தட்ட ஒளி வேகத்தில் பயணம் செய்ய முடியும். எங்கோ அண்டவெளியில் இருக்கின்ற கிரகங்களுக்கும் நம்மால் சென்று வர முடியும்.

பொருள் என்றால் என்ன என்பது பொதுவில் நமக்குத் தெரியும். ஆனால் இங்கு பொருள் என்பது ஹைட்ரஜன். நாம் அறிந்த ஹைட்ரஜனுக்கு எதிர் ஹைட்ரஜன் என ஒன்று உண்டு. ஹைட்ரஜன் எங்கும் உள்ளது. பூமியில் ஹைட்ரஜனுக்குப் பஞ்சமில்லை. அண்டவெளியிலும் ஹைட்ரஜன் நிறையவே இருக்கிறது.

முதலில் நாம் ஹைட்ரஜன் அணு என்றால் என்ன என்பதைக் கவனிக்க வேண்டும். ஹைட்ரஜன் அணுதான் இருக்கின்ற பல்வகையான அணுக்களில் மிகவும் எளிதானது. ஹைட்ரஜன்

அணுவின் மையத்தில் புரோட்டான் என்ற துகள் உள்ளது. பெரும் பாலான ஹைட்ரஜன் அணுக்களில் அணு மையத்தில் புரோட்டான் மட்டுமே இருக்கும். அதுவும் ஒரே ஒரு புரோட்டான்தான் இருக்கும். அந்த புரோட்டான் நேர் மின்னேற்றம் கொண்டது. அந்த புரோட்டானை ஒரே ஒரு எலக்ட்ரான் சுற்றிச் சுற்றி வரும். அந்த எலக்ட்ரான் எதிர் மின்னேற்றம் கொண்டது.

இப்போது எதிர் ஹைட்ரஜனுக்கு வருவோம். அதில் உள்ள புரோட்டான் எதிர் மின்னேற்றம் கொண்டதாக இருக்கும். ஆகவே அதன் பெயர் எதிர் புரோட்டான். அதைச் சுற்றுகிற எலக்ட்ரான் நேர் மின்னேற்றம் கொண்டதாக இருக்கும். அது எதிர் எலக்ட்ரான். எனினும் அதை பாசிட்ரான் என்று கூறுகிறார்கள். ஹைட்ரஜனை பொருள் என்று கூறினால் எதிர் ஹைட்ரஜன் எதிர் பொருள் ஆகும்.

ஆனால் எங்கும் எதிர் ஹைட்ரஜன் கிடையாது. எனவே முதலில் எதிர் புரோட்டான்களை உருவாக்க வேண்டும். பின்னர் எதிர் எலக்ட்ரான்களை (பாசிட்ரான்களை) உண்டாக்க வேண்டும். இந்த இரண்டையும் சேர்த்தால் எதிர் ஹைட்ரஜன் அணுக்கள் கிடைக்கும். அதாவது எதிர் பொருள் கிடைக்கும். ஆனால் எதிர் பொருள் அருகில் உள்ள பொருளுடன் சேர்ந்து உடனே அழிந்து விடும். எனவே எதிர் ஹைட்ரஜனை ஒரு விசேஷ குடுவையில் சேகரித்து பத்திரப்படுத்தி வைக்க வேண்டும். அதற்கு விஞ்ஞானிகள் வழி கண்டுபிடித்துள்ளார்கள்

ஒரு ராக்கெட் எஞ்சினை வடிவமைத்து அதில் ஹைட்ரஜனும் எதிர் ஹைட்ரஜனும் அதாவது பொருளும் எதிர் பொருளும் சேரும்படி செய்தால் இரண்டும் சேர்ந்து அழிந்து விடும். அப்போது பிரும்மாண்டமான ஆற்றல் கிடைக்கும்.

மனிதனால் எதிர் பொருளை உண்டாக்க முடியாது என்ற நிலைமை நீண்ட காலம் இருந்து வந்தது. ஆனால் ஐரோப்பாவில் சுவிட்சர்லாந்து நாட்டில் ஐரோப்பிய நாடுகள் சேர்ந்து அமைத்துள்ள செர்ன் (CERN) எனப்படும் பிரும்மாண்டமான ஆராய்ச்சிக்கூடத்தில் மிகக் கஷ்டப்பட்டு 1995 ஆம் ஆண்டில் எதிர் பொருளை உண்டாக்கினர்.

ஆரம்பத்தில் விஞ்ஞானிகள் சில எதிர் ஹைட்ரஜன் அணுக்களையே உண்டாக்கினர். பின்னர் பல நூறு எதிர்

ஹைட்ரஜன் அணுக்களை உற்பத்தி செய்யும் அளவுக்கு முன்னேறினர்.

இப்போது நம்மிடம் உள்ள தொழில் நுட்பத்தின் மூலம் நிறைய எதிர் ஹைட்ரஜன்களை உருவாக்க முடியாது, செர்ன் ஆராய்ச்சிக் கூடத்தில் உள்ள துகள் முடுக்கிகள் அனைத்தையும் பயன்படுத்தினாலும்கூட ஒராண்டில் ஒரு கிராமில் 100 கோடியில் ஒரு பங்கு அளவுக்குத்தான் எதிர் ஹைட்ரஜன்களை உண்டாக்க முடியும். செர்ன் இதுவரையில் மொத்தம் உற்பத்தி செய்துள்ள எதிர் ஹைட்ரஜன் வெறும் 10 நானோ கிராம் தான்.

எதிர் ஹைட்ரஜனை உற்பத்தி செய்ய நீண்ட காலம் பிடிக்கிறது என்பதுடன் ஏராளமான அளவுக்குச் செலவாகும். எனவே எதிர் ஹைட்ரஜனை நிறைய உற்பத்தி செய்வது என்பது இப்போதைக்கு நடைமுறையில் சாத்தியமில்லை.

ஆனால் ஒரு கணக்குப்படி 10 கிராம் எதிர் பொருள் இருந்தால் போதும். 30 நாளில் செவ்வாய் கிரகத்துக்குப் போய்ச் சேர்ந்து விடலாம். இப்போதுள்ள ராக்கெட்டைப் பயன்படுத்துவதானால் போய்ச் சேர எட்டு மாதம் ஆகும்.

இப்போது பயன்படுத்தப்படுகின்ற நவீன ராக்கெட்டுகளில் திரவ ஹைட்ரஜனும் திரவ ஆக்சிஜனும் பயன்படுத்தப்படுகின்றன. இவை அளிக்கும் ஆற்றலுடன் ஒப்பிட்டால் பொருள் - எதிர்பொருள் ராக்கெட்டானது இதைப்போல ஒரு கோடி மடங்கு ஆற்றலை அளிப்பதாக இருக்கும். இவ்வித ராக்கெட்டானது ஒளி வேகத்தில் சுமார் 80 சதவிகித வேகத்தில் செல்லக்கூடியதாக இருக்கலாம் என்று கருதப்படுகிறது.

அமெரிக்க நாஸா அமைப்பு ஏற்கெனவே பொருள்-எதிர் பொருள் ராக்கெட் எஞ்சினை உருவாக்குவது பற்றி ஆராய்ந்து வருகிறது. ராக்கெட்டில் எதிர் பொருளை எந்தவிதமாகப் பயன்படுத்தலாம் என்பது குறித்துப் பல திட்டங்கள் உள்ளன. ஆனால் இவை அனைத்துமே ஏட்டளவில்தான் உள்ளன.

கால நீட்சி

எதிர் பொருளைப் பயன்படுத்தும் ராக்கெட் கிட்டத்தட்ட ஒளி வேகத்தில் பாய்ந்து செல்லக்கூடியது என்று குறிப்பிட்டோம்.

இவ்வித வேகத்தில் செல்லும்போது கால நீட்சி (Time dilation) விளைவு செயல்பட ஆரம்பிக்கும். அது என்ன கால நீட்சி?

அண்டவெளியில் உள்ள ஏதோ ஒரு கிரகத்துக்கு ஒருவர் (அல்லது பலர்) கிளம்புகிறார்கள். போக வர அவர்களுக்கு ஐந்து ஆண்டுகள் ஆகின்றன. அவர்கள் பூமிக்குத் திரும்புகிறார்கள். இங்கு வந்து பார்த்தால் அவர்களது பிள்ளைகளும் பெண்களும் படு கிழவர்களாகி யிருப்பார்கள். விண்வெளிப் பயணம் செய்தவர்களைப் பொருத்த வரை ஐந்து ஆண்டுகள்தான் கடந்திருக்கும். ஆனால் பூமியில் உள்ளவர்களுக்கு ஐம்பது ஆண்டுகள் கடந்திருக்கும். இது எப்படி?

ஒரு ராக்கெட்டில் கிட்டத்தட்ட ஒளி வேகத்தில் பயணம் செய்யும் போது அவர்களது கடிகாரங்கள் மிக மெதுவாகச் செயல்படும். அதாவது காலம் என்பது நிதானப்பட்டு விடும். ஆனால் அது அவர்களுக்குப் புலப்படாது. கடிகாரங்கள் மெதுவாகச் செயல்படும்போது காலண்டரும் அப்படியாகத்தான் இருக்கும். அவர்களுக்கு ஓராண்டு முடியும்போது பூமியில் உள்ளவர்களுக்கு பத்து ஆண்டுகள் ஆகிவிட்டிருக்கும். ஜன்ஸ்டைன் கூறிய கொள்கையின்படி இவ்விதம் ஏற்படும் என்று நிபுணர்கள் கூறுகிறார்கள். ஜன்ஸ்டைன் கூறியது சரிதான் என்பது பின்னர் நிரூபணமாகியுள்ளது.

அண்டவெளியில் பூமியைவிடப் பல மடங்கு பெரிய கிரகம் இருப்பதாக வைத்துக்கொள்வோம். அதன் விளைவாக அந்தக் கிரகம் அதிக ஈர்ப்பு சக்தி கொண்டதாக இருக்கும். அப்படியான கிரகத்தில் கடிகாரம் மெதுவாகச் செயல்படும். அவர்களது ஒரு மணி நேரம் என்பது பூமியில் உள்ளவர்களுக்கு சில ஆண்டுகளாக இருக்கலாம். இது ஈர்ப்பு சக்தியின் விளைவாக ஏற்படுகிற கால நீட்சி ஆகும். இதுவும் ஜன்ஸ்டைனின் கொள்கையின்படி ஆனதே. எங்கோ இருக்கின்ற கிரகத்துக்குச் செல்ல வேண்டாம். பூமியிலிருந்து மிக உயரத்தில் இருந்தபடி பூமியைச் சுற்றுகின்ற செயற்கைக்கோள்கள் விஷயத்தில் மிக அற்ப அளவுக்குக் கால நீட்சி நிகழ்வதாகக் கண்டறியப்பட்டுள்ளது.

இண்டர்ஸ்டெல்லார் என்ற ஹாலிவுட் சினிமாப் படம் அண்மையில் இந்தியாவில் காட்டப்பட்டது. இப்படத்தில் இந்த கால நீட்சி அம்சம் நன்கு கையாளப்பட்டுள்ளது

அதி வேகத்தில் பயணம் செய்யும்போது கால நீட்சி தலைகாட்டுகிறது. அதே போல ஈர்ப்பு சக்தி அதிகமாக இருக்கும் சூழலிலும் கால நீட்சி ஏற்படுகிறது. அதாவது நமது பிரபஞ்சத்தில் காலம் (நேரம்) என்பது எங்கும் எல்லோருக்கும் எப்போதும் ஒரே மாதிரியானது அல்ல.

இதையெல்லாம் பார்க்கும்போது ஒன்று தோன்றுகிறது. கிராமாந்திரங்களில் வயதான பெரியவர்கள் 'காலம் கெட்டுப் போச்சு' என்பார்கள். அது சரிதான் போலிருக்கிறது!

17. அணுசக்தியால் இயங்கும் பாட்டரிகள்

உங்கள் நண்பருக்கு அவசரமாக ஒரு செய்தியை தெரிவித்தாக வேண்டும். செல்போனில் நம்பரை அழுத்துகிறீர்கள். கனெக்ஷன் கிடைத்த அடுத்த வினாடி பொசுக். பாட்டரி அவுட். ஊருக்கு வெளியே எங்கோ இருக்கிறீர்கள். அருகே பொது டெலிபோன் கிடையாது. அடுத்தவரிடம் செல்போன் கடன் வாங்கிப் பேசலாம் என்றால் சுற்றுமுற்றும் யாரும் இல்லை. பாட்டரி அவுட் என்றால் செல்போன் இயங்க மின்சாரம் இல்லை என்று பொருள்.

நீண்ட தூர விண்வெளிப் பயணத்தில் அடங்கிய மிக முக்கியமான பிரச்னை மின்சாரம் பற்றியதாகும். பூமியுடன் தொடர்பு கொள்வதற்கும் அத்துடன் விண்கலத்தில் உள்ள பல்வேறு கருவிகள் செயல்படுவதற்கும் மின்சாரம் தேவை. நிறையவே தேவை.

1954 ஆம் ஆண்டு வாக்கில்தான் சூரிய ஒளியை மின்சாரமாக மாற்றுவதற்கான சூரிய மின் பலகைகள் அதாவது சோலார் செல்கள் உருவாக்கப்பட்டன. ஆரம்பத்தில் இதைத்

காசினி விண்கலத்தில் இடம் பெற்ற RTG
எனப்படும் அணுசக்தி பாட்டரி. நாஸா ஊழியர்
அந்த பாட்டரியைசோதிக்கிறார்.

தயாரிப்பதற்கு மிக நிறைய செலவாகியது. ஆகவே பூமியைச்
சுற்றும் செயற்கைக்கோள்களில் செலவைப் பாராமல் சூரிய மின்
பலகைகள் பயன்படுத்தப்பட்டன. ஆரம்ப காலத்து செயற்கைக்
கோள்களின் வெளிப்புறத்தில் மின் பலகைகளாக இல்லாமல்
சிறு சிறு துண்டுகள் ஒட்டப்பட்டிருந்தன. பின்னர் செயற்கைக்
கோளின் இரு புறங்களிலும் இறக்கைகள்போல சூரிய மின்
பலகைகள் பொருத்தப்படலாயின.

இன்று உலகெங்கிலும் பட்டி தொட்டிகளிலும் சூரிய ஒளியைப்
பயன்படுத்தி மின்சாரத்தை உற்பத்தி செய்ய சோலார் பேனல்கள்
எனப்படும் சூரிய மின் பலகைகள் சர்வசாதாரணமாகப் பயன்
படுத்தப்படுகின்றன. சோலார் பேனல்களை தயாரிப்பதற்கு
எளிய உற்பத்தி முறைகள் தோன்றியதாலும் செலவுகள்
குறைந்ததாலும் இது சாத்தியமாகியுள்ளது.

செவ்வாய் நோக்கிச் செலுத்தப்பட்டு பல ஆண்டுக்காலமாக
செவ்வாய் கிரகத்தைச் சுற்றி வருகின்ற ஆளில்லாத அமெரிக்க,
ஐரோப்பிய விண்கலங்களும் அத்துடன் இந்தியாவின்
மங்கள்யான் விண்கலமும் சூரிய மின் பலகைகள் மூலமே
மின்சாரத்தைப் பெறுகின்றன.

பூமியானது சூரியனிலிருந்து சுமார் 15 கோடி கிலோ மீட்டர் தொலைவில் இருக்கிறது. இத்துடன் ஒப்பிட்டால் செவ்வாய் கிரகம் சுமார் 20 கோடி கிலோ மீட்டர் தொலைவில் உள்ளது. சூரியனிலிருந்து மேலும் மேலும் தொலைவுக்குச் செல்லும் போது சூரிய ஒளியின் உறைக்கும் திறன் குறையும். இது இயற்கை.

வியாழன் கிரகத்துக்கு ஆளில்லா விண்கலம் ஒன்றை அனுப்புவதானால் அதன் வெளிப்புறத்தில் சூரிய மின் பலகைகளைப் பொருத்துவதில் பயனில்லை. வியாழன் கிரகம் சூரியனிலிருந்து சுமார் 77 கோடி கிலோ மீட்டர் தொலைவில் உள்ளது. வியாழன் உள்ள இடத்திலிருந்து பார்த்தால் சூரியன் கிட்டத்தட்ட பட்டாணி சைஸில் தெரியும். எனவே சூரிய ஒளி உறைக்காது. ஆகவே மிகப் பெரிய சூரிய மின் பலகைகளைப் பயன்படுத்தியாக வேண்டும். இதில் பிரச்னைகள் உள்ளன...

எனவே வியாழன் கிரகம், சனி கிரகம் ஆகியவற்றையும் அவற்றுக்கு அப்பால் மிகத் தொலைவில் உள்ள கிரகங்களையும் ஆராய்வதற்கு நாசா ஆளில்லா விண்கலங்களை அனுப்பிய போது அவற்றில் அணுசக்தி பாட்டரிகளை வைத்து அனுப்பியது. நாசா உருவாக்கிய இந்த அணுசக்தி பாட்டரிகள் ஆர்.டி.ஜி என்று அழைக்கப்படுகின்றன. இந்த பாட்டரிகளில் புளூட்டோனியம் - 238 எனப்படும் அணுசக்திப் பொருள் பயன் படுத்தப்படுகிறது. இதிலிருந்து இயற்கையாக வெளிப்படும் கடும் வெப்பமானது மின்சாரமாக மாற்றப்படுகிறது. சூரிய மண்டலத்திலிருந்தே வெளியேறிவிட்ட பயனீர் மற்றும் வாயேஜர் விண்கலங்களிலும் அணுசக்தி பாட்டரிகள் இடம் பெற்றிருந்தன.

சொல்லப்போனால் சந்திரனுக்கு ஆறு தடவை அமெரிக்க விண்வெளி வீரர்களை ஏற்றிச் சென்ற அப்போலோ விண்கலங் களிலும் அணுசக்தி பாட்டரிகள் இடம் பெற்றிருந்தன. அணுசக்தி பாட்டரிகள் மின்சார உற்பத்திக்கு உதவுகின்றன என்றாலும் அவை தொடர்ந்து ஆபத்தான கதிர் வீச்சை வெளிப்படுத்துபவை. அப்போலோ விண்கலங்களில் அமெரிக்க விண்வெளி வீரர்களை அந்தக் கதிர்வீச்சு தாக்காதபடி தக்க பாதுகாப்பு செய்யப் பட்டிருந்தது. அந்த அணுசக்தி பாட்டரிகள் அதிக கதிர்வீச்சை வெளிப்படுத்தாதவை. அதாவது அவை குறைந்த திறன்

கொண்டவை. தவிர விண்வெளி வீரர்கள் அப்போலோ விண்கலத்தில் தங்கியிருந்த நாட்களும் குறைவு. ரஷ்யாவும் இதேபோல அணுசக்தி பாட்டரிகளை உருவாக்கிப் பயன்படுத்தியது. அவற்றில் வேறு வகை அணுசக்திப் பொருள் பயன்படுத்தப் பட்டது.

இப்போதைக்கு அமெரிக்கா, ரஷ்யா ஆகிய இரு நாடுகளிடம் மட்டுமே அணுசக்தி பாட்டரிகள் உள்ளன.

அண்டவெளியில் நீண்ட பயணம் மேற்கொள்வதானால் சூரிய மின்பலகைகள் லாயக்கில்லை. புளூட்டோனியத்தைப் பயன்படுத்தும் அணுசக்தி பாட்டரிகளும் கைகொடுக்கும் என்று சொல்ல முடியாது. அணுசக்திப் பொருள்கள் தொடர்ந்து அழிந்து வருபவை. எனவே நாள் செல்லச் செல்ல அணுசக்தி பாட்டரிகளிடமிருந்து கிடைக்கும் மின்சாரத்தின் அளவு குறைந்துகொண்டே போகும். வாயேஜர் - 1 வாயேஜர் - 2 ஆகிய இரு விண்கலங்களும் சுமார் 40 ஆண்டுகளுக்கு முன்னர் செலுத்தப்பட்டன. இந்த இரு விண்கலங்களிலும் வைத்து அனுப்பப்பட்ட அணுசக்தி பாட்டரிகளின் திறன் இப்போது பெரிதும் குறைந்துவிட்டது. எனவே அதிலிருந்து வரும் சிக்னல்கள் மிகவும் பலவீனமாக உள்ளன. 2025 ஆம் ஆண்டு வாக்கில் இவற்றிலிருந்து சிக்னல் வருவது நின்றுவிடும்.

ஆகவே விண்வெளியில் மனிதன் நீண்ட தூரப் பயணத்தை மேற்கொள்வதானால் முதலில் மின்சாரப் பிரச்னைக்கு வழி கண்டுபிடித்தாக வேண்டும். நீண்ட காலம் தொடர்ந்து நிறைய மின்சாரத்தை அளிக்கிற அணுசக்தி பாட்டரியை உருவாக்கியாக வேண்டும்.

அமெரிசியம் - 241 எனப்படும் அணுசக்திப் பொருளைப் பயன்படுத்துகிற பாட்டரி அண்டவெளிப் பயணத்துக்கு ஏற்றதாக இருக்கும் என்று கருதப்படுகிறது. தங்களது விண்கலங்களில் பயன்படுத்த ஐரோப்பிய விண்வெளி அமைப்பு அமெரிசியம் பாட்டரியை உருவாக்கி வருவதாகத் தகவல்கள் கூறுகின்றன. இந்த வகை பாட்டரிகள் சுமார் 1000 வருஷங்கள் வரை செயலில் இருக்கும் என்றும் கூறப்படுகிறது. பிரிட்டனில் இதற்கான பணிகள் நடைபெற்று வருகின்றன.

அமெரிசியம் - 241 வெள்ளி போன்று பளபளக்கும் உலோகமாகும். அணுமின்சார நிலையங்களின் ஒரு பகுதியாக விளங்கும் அணு உலைகளில் எரிந்து தீர்ந்த தண்டுகள் அவ்வப்போது வெளியே எடுக்கப்படும். இவற்றில் அமெரிசியம் - 241 உட்படப் பலவகையான அரிய அணுசக்திப் பொருள்கள் அடங்கியிருக்கும். எனவே இவற்றைத் தூக்கி எறியாமல் பத்திரமாகச் சேகரித்து வைப்பர். அணுசக்தித் தொழில் நுட்பத்தை அறிந்த எல்லா நாடுகளிடமும் இவை உண்டு. பிரிட்டனிடம் இவ்வித அணுசக்திப் பொருள்கள் நிறையவே உள்ளன. இவற்றிலிருந்து அமெரிசியம் - 241 அணுசக்திப் பொருளைத் தனியே பிரித்தெடுக்கலாம்.

அமெரிசியம் - 241 அணுசக்திப் பொருளும் ஓயாது வெப்பத்தை வெளிப்படுத்துவதாகும். இந்த வெப்பத்தை மின்சாரமாக மாற்ற முடியும். இவ்விதமாகத்தான் அமெரிசியம் அணுசக்தி பாட்டரிகள் மின்சாரத்தை உற்பத்தி செய்யும்.

செல்போன்களுக்கென அணுசக்தி பாட்டரிகளை உருவாக்க முடியாதா என்று கேட்கலாம். அப்படிச் செய்தால் பாட்டரிகளை சார்ஜ் செய்ய வேண்டிய அவசியமே இருக்காதே என்றும் கூறலாம். இந்த வகையில் பல முயற்சிகள் செய்யப்பட்டாலும் தக்க பலன் கிடைக்கவில்லை. செல்போன்களில் அணுசக்திப் பொருள் இடம் பெறுமானால் கதிர்வீச்சு தாக்கும் ஆபத்து உள்ளது என்பதே இதற்குக் காரணம். கதிர்வீச்சு ஆபத்து இல்லாத அணுசக்தி பாட்டரி ஒரு வேளை எதிர்காலத்தில் உருவாக்கப் படலாம்.

18. செவ்வாய் கிரகத்தைப் புரட்டிப் போடலாம்!

சூரிய மண்டலத்துக்கு அப்பால் அண்டவெளியில் பூமி மாதிரியான கிரகம் எங்கேனும் உள்ளதா என்று விஞ்ஞானிகள் தேடி வருகிறார்கள். அது பற்றி முந்தைய அத்தியாயங்களில் ஏற்கெனவே கவனித்தோம். இதுவரையில் பூமி மாதிரியான கிரகம் வேறு எங்கும் கண்டுபிடிக்கப்படவில்லை. விஞ்ஞானிகள் தொடர்ந்து முயன்று வருகிறார்கள்.

இந்தத் தேடல் ஒரு புறம் இருக்க, நமது அண்டை வீடு என்று சொல்லத் தக்க செவ்வாய் கிரகத்தில் உள்ள நிலைமைகளை மாற்றி, அதை மனிதர்கள் வாழத்தக்க கிரகமாக ஆக்கினால் என்ன? இது ஒன்றும் புதிய யோசனை அல்ல. இது குறித்து கடந்த காலத்தில் பல்வேறு நிபுணர்களும் பல யோசனைகளைக் கூறியுள்ளனர்.

செவ்வாய் கிரகம் எந்தெந்த வகைகளில் பூமி மாதிரி இல்லை என்று நாம் முதலில் கவனித்தால் எவ்வித மாற்றங்கள் தேவை என்று புரிந்து கொள்ள முடியும்.

செவ்வாய் கிரகம் சைஸில் சிறியது. அது விஷயத்தில் நம்மால் எதுவும் செய்ய இயலாது. செவ்வாய் வடிவில் சிறியது

என்பதால் அதன் ஈர்ப்பு சக்தி குறைவு. எனவே அது தொடர்ந்து காற்று மண்டலத்தை இழந்து வருகிறது. ஆகவேதான் செவ்வாயின் காற்று மண்டலம் அடர்த்தி குறைந்ததாக உள்ளது.

எனினும் செவ்வாயின் காற்று மண்டலத்தை சற்று அடர்த்தி கொண்டதாக மாற்ற முடியும். செவ்வாயின் காற்று மண்டலம் பெரிதும் கார்பன் டையாக்சைட் வாயுவினால் ஆனது. ஆக்சிஜன் வாயு அற்ப அளவுக்கே உள்ளது. ஆனால் உயிர் வாழ்க்கைக்கு ஆக்சிஜன் அவசியம். செவ்வாயின் காற்று மண்டலத்தில் ஆக்சிஜன் வாயு அளவையும் அதிகரிக்க முடியும்.

செவ்வாய் கிரகத்தில் தண்ணீர் இல்லை. ஆனால் பல கோடி ஆண்டுகளுக்கு முன்னர் செவ்வாயின் நிலப் பரப்பில் பெரிய ஆறுகள் பெருக்கெடுத்து ஓடியதற்கான தடயங்கள் இன்னும் காணப்படுகின்றன. இதிலிருந்து கடந்த காலத்தில் செவ்வாயில் தண்ணீர் திரவ வடிவில் இருந்திருக்கிறது என்பது தெரிகிறது. எனவே அக்கால கட்டத்தில் செவ்வாயில் காற்று மண்டலம் அடர்த்தியாக இருந்ததாக ஊகிக்கலாம். காற்று மண்டலம் அடர்த்தியாக இருந்தால் தான் தண்ணீரானது திரவ வடிவில் இருக்க முடியும்.

இப்போது செவ்வாயின் வட, மற்றும் தென் துருவப் பகுதிகளில் ஐஸ் கட்டி வடிவில் தண்ணீர் இருக்கிறது.

செவ்வாயை மாற்றி அமைப்பதானால் முதலில் அங்கு காற்று மண்டல அடர்த்தியை அதிகரிக்க வேண்டும். இது எளிதான வேலை அல்ல. ஆனாலும் நீண்ட கால அளவில் சாத்தியமே. செவ்வாயின் தென் பகுதியில் கார்பன் டையாக்சைட் வாயுவானது உறைந்த ஐஸ் கட்டி போல உள்ளது. இதை வாயுவாக மாற்றினால் செவ்வாயின் காற்று மண்டலத்தின் அடர்த்தி ஓரளவுக்கு அதிகரிக்கும். கார்பன் டையாக்சைட் வாயுக்கு ஒரு குணம் உண்டு. அது செவ்வாய் பெறும் வெப்பம் ஒரேயடியாக அண்டவெளிக்குப் போய் விடாதபடி தடுக்கும். வேறு சில வாயுக்களுக்கும் இத்தன்மை உண்டு. இந்தவகை வாயுக்களுக்கு 'பசுமைக்குடில் வாயுக்கள்' என்று பெயர். பூமியிலிருந்து இந்தவகை வாயுக்களை குப்பிகளில் அடைத்து பூமியிலிருந்து ராக்கெட் மூலம் செவ்வாய்க்கு அனுப்பலாம். இது நடைமுறையில் சாத்தியமா என்று ஆராய வேண்டியுள்ளது.

செவ்வாயின் காற்று மண்டலத்தின் மேற்புறத்தில் இவ்வகை வாயுக்களின் சேர்மானம் அதிகரித்தால் செவ்வாயின் நிலப்பரப்பில் இப்போது நிலவும் கடும் குளிர் இராது. செவ்வாயின் வெப்பம் உயரும் போது செவ்வாயின் துருவப் பகுதிகளில் நிலத்துக்கு அடியில் உறைந்த நிலையில் உள்ள ஐஸ் கட்டிகள் உருகி நீராக ஓட ஆரம்பிக்கும்.

செவ்வாயில் குறிப்பிட்ட பகுதிகளில் கட்டுப்படுத்தப்பட்ட சூழ்நிலைகளில் பாசிகள் வளரும்படிச் செய்யலாம். இவை ஆக்சிஜனை வெளிவிடும். இதன் மூலம் செவ்வாயின் காற்று மண்டலத்தில் ஆக்சிஜன் அளவையும் அதிகரிக்கலாம். இது நடைமுறையில் சாத்தியமே என்று கண்டறியப்பட்டுள்ளது.

சூரியனிடமிருந்து பெறும் வெப்பத்தை செவ்வாய் கிரகம் நன்கு இருத்திக் கொள்ளும்படிச் செய்தாலும் செவ்வாயில் வெப்பத்தை அதிகரிக்கலாம். செவ்வாய் கிரகத்தின் மேற்புறத்தில் கருப்பான பொருளைப் பரப்பினால் இது சாத்தியம். கருப்பு நிறமானது வெப்பத்தை நன்கு ஈர்த்துக் கொள்ளக்கூடியதாகும்.

பூமியின் காற்று மண்டலத்தில் நைட்ரஜன் வாயு நிறையவே உள்ளது. நமது காற்று மண்டலத்தில் நைட்ரஜன் 78 சதவிகித அளவுக்கு உள்ளது. செவ்வாயில் இந்த வாயு மிக அற்ப அளவில் தான் உள்ளது. பூமியிலிருந்து இந்த வாயுக்களை செவ்வாய்க்கு சிலிண்டர்கள் மூலம் அனுப்பலாம். விண்வெளியில் உலவும் அஸ்டிராய்டுகள் எனப்படும் 'பறக்கும் பாறைகளில்' இந்த வாயு அமோனியா வடிவில் உள்ளது. சிறிய சைஸ் அஸ்டிராய்டுகளைக் கட்டி இழுத்துக்கொண்டுபோய் செவ்வாயில் மோதும்படிச் செய்தால் அந்த வகையிலும் செவ்வாயின் காற்று மண்டல அடர்த்தியை அதிகரிக்க முடியும்.

அஸ்டிராய்டுகளை இப்படி கயிறு கட்டி இழுத்துச் செல்ல இயலுமா என்று கேட்கலாம். இதுவரை இம்மாதிரியான முயற்சி மேற்கொள்ளப்பட்டது கிடையாது. ஆனால் இது நடைமுறையில் சாத்தியமே.

நாஸா இப்போது ஓரையன் என்னும் விண்கலத்தை உருவாக்கி வருகிறது. 2020களில் ஓரையன் விண்கலத்தில் ஏறிச் செல்லும் அமெரிக்க விஞ்ஞானிகள் தகுந்த சைஸ் கொண்ட ஓர் அஸ்டிராய்டைக் கைப்பற்றி அதைக் கயிறு கட்டி இழுத்து வந்து

சந்திரனை சுற்றும்படிச் செய்வதற்குத் திட்டம் உள்ளது. இது சாத்தியமாவதாக வைத்துக் கொண்டால் எதிர்காலத்தில் இதே போல அஸ்டிராய்டுகளை இழுத்து வந்து செவ்வாயில் மோதும் படிச் செய்யலாம்.

செவ்வாயின் காற்று மண்டலத்தை அடர்த்தி கொண்டதாக மாற்ற முடியுமானால் பின்னர் இயற்கையும் கைகொடுக்கும். காற்று மண்டலம் அடர்த்தி அதிகரித்தால் செவ்வாயில் நீர் ஓடும்படிச் செய்ய முடியும். அப்போது செவ்வாயில் உள்ள உறைந்த பனிக்கட்டிகள் நீராக மாற வழி பிறக்கும். இவ்விதம் தோன்றும் மொத்த தண்ணீரானது செவ்வாயின் மேற்பரப்பில் 11 மீட்டர் ஆழத்துக்குப் பரவி நிற்கும் அளவுக்கு இருக்கும் என்று நிபுணர்கள் கணக்கிட்டுள்ளனர்.

செவ்வாயில் முன்பு இருந்திருக்கக்கூடிய ஆக்சிஜன் போன்ற வாயுக்கள் இப்போது பாறைகளுடன் சேர்ந்து பாறைகளில் அடங்கியுள்ளன.

செவ்வாய் கிரக நிலைமைகளைப் பெரிய அளவில் மாற்றுவதற்கு அமெரிக்காவுக்கு அல்லது ரஷ்யாவுக்கு யார் அதிகாரம் அளித்தார்கள்? இவ்விதம் மாற்றுவது சரிதானா என்ற கேள்வி எழுகிறது. உள்ளபடி சந்திரன் மீதும் மற்றும் செவ்வாய், வெள்ளி முதலான கிரகங்கள் மீதும் இஷ்டப்படி யாரும் கை வைக்கலாகாது என்று உலக அளவில் 1979 ஆம் ஆண்டில் சர்வதேச அளவில் தடை ஒப்பந்தம் ஏற்பட்டு அது 1984 ஆம் ஆண்டில் அமலுக்கு வந்தது. ஆனால் அமெரிக்கா, ரஷ்யா, சீனா, சில ஐரோப்பிய நாடுகள், ஜப்பான் ஆகியவை அந்த உடன் பாட்டில் கையெழுத்திடவில்லை. இந்தியா கையெழுத்திட்டது. ஆனால் அதை அங்கீகரிக்கவில்லை. இந்த நாடுகள் அனைத்துமே பிற கிரகங்களுக்கு விண்கலங்களைச் செலுத்தும் திறன் படைத்தவை.

இந்த ஒப்பந்தத்தில் கையெழுத்திடாத இந்த நாடுகள் செவ்வாயில் ஏதோ செய்யப் போக, அதன் ஒரு விளைவாக இதுவரை அறியப்படாத கிருமிகள் விண்கலங்கள் மூலம் செவ்வாயிருந்து பூமிக்குப் பரவினால் என்ன ஆவது? நியாயமான கேள்வி!

19. பூமியில் உயிரினப் பேரழிவு

பூமியில் பல்லி, பாம்பு, ஆடு, மாடு, யானை, திமிங்கலம் என பல்வகையான உயிரினங்கள் உள்ளன. மொத்தம் சுமார் 87 லட்சம் இனங்கள் இருக்கலாம் என மதிப்பிடப்பட்டுள்ளது. இந்த இனம் ஒவ்வொன்றிலும் பல்வேறு வகைகள் உள்ளன. பாம்பு என்றால் அதில் மட்டும் சுமார் 3,000 வகையான பாம்புகள் உள்ளதாக நிபுணர்கள் கண்டறிந்துள்ளனர். எல்லா இனங்களிலும் இப்படித்தான்.

பூமியில் எந்த ஒரு மூலை முடுக்கானாலும் ஏதாவது உயிரின வகை காணப்படுகிறது. பாலைவனம் மனிதன் வாழ முடியாத இடம். அந்தப் பாலைவனத்திலும் பலவகையான பூச்சிகள் உள்ளதாக அறியப்பட்டுள்ளது. பாலைவனத்தில் வாழும் ஒரு வகைப் பூச்சியானது காற்றில் அடங்கிய ஈரப்பசையை நீராக மாற்றும் திறன் கொண்டதாக உள்ளது.

அண்டார்டிகாவும் ஒரு வகைப் பாலைவனம்தான். அங்கு உறைந்த பனிப்பாளங்களுக்கு அடியில் உள்ள பாதாள ஏரியில் நுண்ணுயிர்கள் இருப்பதாக நிபுணர்கள் கண்டுபிடித்துள்ளனர். பூமி ஒரு உயிரினப் பூங்கா போன்றதே.

சுமார் 410 கோடி ஆண்டுகளுக்கு முன்னர் பூமியில் நுண்ணுயிர்கள் வடிவில் உயிரினம் தோன்றியதாக விஞ்ஞானிகள் கருதுகின்றனர். பின்னர் பரிணாம வளர்ச்சியில் பல உயிரினங்கள் தோன்றியதாக நம்பப்படுகிறது.

பூமியில் உள்ள உயிரினங்களில் மூத்த குடிமகன்கள் உண்டு. கரப்பான் பூச்சி 32 கோடி ஆண்டுகளாக இருந்து வருகிறது. குதிரை லாட நண்டு 44 கோடி ஆண்டுகளாக இருந்து வருகிறது. ஜெல்லி மீன்கள் 55 கோடி ஆண்டுகளாக வாழ்ந்து வருவதாக நிபுணர்கள் கணக்கிட்டுள்ளனர். இவற்றுடன் ஒப்பிட்டால் மனித இனம் தோன்றி சுமார் இரண்டு லட்சம் ஆண்டுகளே ஆவதாகக் கருதப்படுகிறது.

பூமியில் ஆதியில் தோன்றிய உயிரினங்கள் அனைத்துமே இப்போது காணப்படுவதாகச் சொல்ல முடியாது. பல்வேறு காரணங்களால் தாக்குப்பிடிக்க முடியாமல் அழிந்த உயிரினங்கள் பல உண்டு.

இதல்லாமல் பூமியில் அவ்வப்போது பேரளவில் உயிரினங்கள் அழிந்து போயுள்ளன. இது உயிரினப் பேரழிவு (Extinction) எனப்படுகிறது. பூமியில் உயிரினங்கள் தோன்றியதிலிருந்து குறைந்தது ஐந்து தடவை பேரழிவு நடந்துள்ளதாக விஞ்ஞானி கள் மதிப்பிட்டுள்ளனர். இப்படி அழிந்தவற்றில் அனேகமாகப் பலரும் நன்கறிந்த உயிரினம் டைனோசார்கள் ஆகும்.

முதல் பேரழிவு சுமார் 44 கோடி ஆண்டுகளுக்கு முன்னர் நிகழ்ந்தது. அப்போது உலகின் கண்டங்கள் அனைத்தும் ஒரே நிலப் பிண்டமாக இருந்தன. இந்தப் பெரும் நிலப் பிண்டம் பூமியின் தென் பகுதியில் இருந்தது. பூமியின் வடபகுதி ஒரே கடலாக இருந்தது. அப்போது நிலப் பகுதியில் அவ்வளவாக உயிரினங்கள் இல்லை. கடல்களில்தான் அவை இருந்தன.

கடலில் பெரும் பகுதி உறைந்த பனியால் மூடப்பட்டதால் உயிரினப் பேரழிவு நிகழ்ந்ததாகக் கருதப்படுகிறது. அப்போதிருந்த உயிரினங்களில் 85 சதவிகிதம் அழிந்து போயின.

இரண்டாவது பேரழிவு சுமார் 41 கோடி ஆண்டுகளுக்கு முன்னர் நிகழ்ந்தது. உலகின் கண்டங்கள் அப்போது மூன்று தொகுதியாகப் பிரிந்து இருந்தன. ஜரோப்பாவும் வட அமெரிக்காவும் ஒரு தொகுதியாகச் சேர்ந்து இருந்தன. தெற்கே ஆப்பிரிக்கா, தென் அமெரிக்கா, இந்தியா, ஆஸ்திரேலியா, அண்டார்டிகா

டம்போரா எரிமலை

ஆகியவை ஒன்று சேர்ந்து இருந்தன. வடக்கே சைபீரியா மட்டும் தனியே இருந்தது. அப்போதுதான் நிலப் பகுதியில் செடிகொடி களும் பூச்சிகளும் உருவாகியிருந்தன. கடல் மட்டம் ஒரேயடி யாகக் குறைந்ததாலும் அத்துடன் அஸ்டிராய்ட் ஒன்று பூமியைத் தாக்கியதாலும் உயிரினங்களில் பெரும் பகுதி அழிந்து போயின.

மூன்றாவது உயிரினப் பேரழிவு சுமார் 29 கோடி ஆண்டுகளுக்கு முன்னர் நிகழ்ந்தது. கடல்களில் இருந்த உயிரினங்களில் 96 சதவிகிதம் அழிந்தது. நிலப் பகுதியில் 70 சதவிகித உயிரினங்கள் அழிந்தன. பூச்சிகளும் அழிந்தன. அக்கால கட்டத்தில் கண்டங்கள் அனைத்தும் ஒரே நிலப் பிண்டமாக இருந்தன. எரிமலை வெடிப்பு, அஸ்டிராய்ட் தாக்குதல், பருவ நிலை மாற்றம் ஆகியவை காரணங்களாகக் கருதப்படுகின்றன.

நான்காவது உயிரினப் பேரழிவு சுமார் 20 கோடி ஆண்டுகளுக்கு முன்னர் நிகழ்ந்தது, அப்போது கண்டங்கள் தனித்தனியே பிரிய ஆரம்பித்தன, உயிரினங்களில் பாதி அழிந்து போயின. இந்த அழிவைத் தொடர்ந்து பூமியில் டைனோசார் உயிரினங்கள் தோன்றின.

நிபுணர்கள் பூமியின் வரலாற்றைப் பல கால கட்டங்களாக வகைப்படுத்தியுள்ளனர். இவற்றில் டெவோனியன், பெர்மியன்,

ஜுராசிக் எனப் பல கால கட்டங்கள் அடங்கும். டைனோசார்கள், ஜுராசிக் எனப்பட்ட காலத்தில் வாழ்ந்தன. ஜுராசிக் பார்க் என்ற ஆங்கில சினிமாப் படத்துக்கு அப்பெயர் வைக்கப்பட்டதற்கு அதுவே காரணமாகும். டைனோசார்கள் பல கோடி ஆண்டுக் காலம் பூமியில் ஆதிக்கம் செலுத்தின. சுமார் ஆறரை கோடி ஆண்டுகளுக்கு முன்னர் டைனோசார் இனம் அழிந்து போயிற்று. இது ஐந்தாவது உயிரினப் பேரழிவாகும்.

ராட்சத விண்கல் ஒன்று பயங்கர வேகத்தில் பூமியில் வந்து மோதியிருக்க வேண்டும் என்றும் அதனால் ஏற்பட்ட பயங்கர விளைவுகளால்தான் டைனோசார்கள் அழிந்தன என்றும் நிபுணர்கள் கருதுகின்றனர். லூயிஸ் வால்டர் ஆல்வாரஸ் என்ற நிபுணர் இது பற்றி விரிவாக ஆராய்ந்து அதை உறுதிப்படுத்தினார். அந்த விண்கல் விழுந்த இடம் இப்போது மெக்சிகோ நாட்டுக்கு அருகே கடல் பகுதியாக உள்ளது என்று கண்டுபிடிக்கப்பட்டது.

பூமியில் பெரிய விண்கல் வந்து விழுந்தால் அல்லது எரிமலை ஒன்று வெடித்தால் பூமியில் பெரிய அளவில் உயிரினம் அழியுமா என்று கேட்கலாம். விண்கல் ஒன்று பயங்கர வேகத்தில் பூமியில் வந்து மோதினால் பல விளைவுகள் ஏற்படும். அவற்றில் ஒன்றாகப் பெரும் தூசுப் படலம் தோன்றி அது பூமியைச் சூழ்ந்துகொள்ளும். எரிமலை வெடித்தால் இதேபோல தூசுப் படலம் பூமியைச் சூழ்ந்துகொள்ளும். இதன் விளைவாகச் சூரியனிலிருந்து பூமிக்குக் கிடைக்கும் வெப்பம் குறையும். இதனால் உலக அளவில் பருவ நிலை பாதிக்கப்படும். தாவர வளர்ச்சி பாதிக்கப்படும். உயிரினங்கள் பட்டினியால் சாக நேரிடும்.

1815 ஆம் ஆண்டில் இந்தோனேசியாவில் டம்போரா என்ற எரிமலை வெடித்தபோது பூமியை தூசு மேகம் சூழ்ந்தது. இதனால் உலகம் தழுவிய அளவில் கடும் பாதிப்புகள் ஏற்பட்டன. இந்தியாவில் தொடர்ந்து மூன்று ஆண்டுகளுக்குப் பருவ மழை பொய்த்தது. அமெரிக்காவில் நல்ல வெயில் அடிக்க வேண்டிய காலத்தில் பனிப் பொழிவு ஏற்பட்டு பயிர்களும் கால்நடைகளும் பாதிக்கப்பட்டன.. வேறிடங்களில் உதாரணமாக சுவிட்சர்லாந்தில் மழை கொட்டித் தீர்த்தது.

கடந்த காலத்தில் உயிரினப் பேரழிவு ஏற்பட்டபோது அனைத்துமே அழிந்துவிடவில்லை. சில வகை உயிரினங்கள் தப்பிப் பிழைத்தன. வேறு வகை உயிரினங்கள் தோன்றின. உலகில் டைனோசார் வகை உயிரினம் அழிந்ததற்குப் பிறகுதான்

மான், பூனை, பன்றி, யானை, குதிரை, ஆந்தை, முயல்கள் முதலியவை தோன்றின. இயற்கையின் படைப்பாற்றல் ஒருபோதும் ஓய்வதில்லை.

இவை ஒரு புறம் இருக்க, மனிதனின் செயல்களால், பூமியில் ஏற்கெனவே ஆறாவது உயிரினப் பேரழிவு நடைபெற்று வருவதாக நிபுணர்கள் அச்சம் தெரிவித்து வருகின்றனர். சிட்டுக் குருவிகள் காணாமல் போய்விட்டன. தந்தங்களுக்காக யானைகள் கொல்லப்படுகின்றன. காண்டாமிருகங்களின் கொம்புகள் அவற்றுக்கு ஆபத்தாக முளைத்துள்ளன. சீனா உட்பட கிழக்காசிய நாடுகளில் புலிகளின் உடல் பகுதிகளுக்கு பயங்கர கிராக்கி உள்ளதால் திருட்டுத்தனமாகப் புலிகள் வேட்டையாடப் படுகின்றன. சில நாடுகள் தடையை மீறி பகிரங்கமாகவே திமிங்கலங்களை வேட்டையாடி வருகின்றன. இப்படியான பட்டியல் மிக நீளமானதே. ஏற்கனவே சில வகை விலங்குகள் மறைந்தே போயுள்ளன. இதெல்லாம் மிக நீண்ட தனிக் கதை.

20. விண்வெளியிலிருந்து உயிரினம்

சூரிய மண்டலத்துக்கு அப்பால் அண்டவெளியில் பூமி மாதிரியில் கோடானு கோடி கிரகங்கள் இருக்கலாம் என்று நிபுணர்கள் கருதுகின்றனர். ஆனால் அவற்றில் நம்மைப் போன்ற மனிதர்கள் இருக்கிறார்களா என்பதுதான் கேள்வி. இதைக் கண்டறிய விஞ்ஞானிகள் கடந்த பல ஆண்டுகளாகப் பல வழிகளிலும் முயன்று வருகின்றனர்.

பூமியில் உகந்த சூழ்நிலைமைகளில் 410 கோடி ஆண்டுகளுக்கு முன்னர் உயிரினம் தோன்றியதாகக் கருதப்படுகிறது. ஆரம்பத்தில் நுண்ணுயிர்களே இருந்தன. பின்னர் பரிணாம வளர்ச்சி மூலம் வெவ்வேறான உயிரினங்கள் உண்டாயின என்று பொதுவில் ஒரு கருத்து நிலவுகிறது. இதையே வேறுவிதமாகச் சொல்வதானால் பூமியில் உள்ள உயிரினம் அனைத்தும் பூமியில் இருந்த சூழ்நிலைகளால் தோன்றியவை எனலாம்.

ஆனாலும் இதற்கு மாற்றாக ஒரு கருத்தும் கூறப்பட்டு வருகிறது. உயிரினம் என்பது நுண்ணுயிர் வடிவில் மொத்த பிரபஞ்சத்திலும்

பரவி நிற்கின்ற ஒன்று என்று அது கூறுகிறது. அண்டவெளி வழியே நுண்ணுயிர்கள் ஓரிடத்திலிருந்து வேறிடத்துக்குப் பரவலாம் என்பது அக்கொள்கையின் கருத்தாகும்.

ஆனால் விஞ்ஞானிகள் அறிவியல் ரீதியில் இக்கொள்கையை ஆராய முற்பட்டபோது அது சாத்தியமானதுதானா என பல ஐயப்பாடுகள் எழுந்தன. உள்ளபடி அண்டவெளி என்பது ஆபத்து நிறைந்தது. சூரியனிலிருந்தும் மற்ற நட்சத்திரங்களிலிருந்தும் ஓயாது எக்ஸ் கதிர் உட்பட மிக ஆபத்தான கதிர்கள் வெளிப்பட்டுக் கொண்டிருக்கின்றன. இக்கதிர்கள் உயிரினத்தை அழிப்பவை. நுண்ணுயிர்களை அழிக்க எக்ஸ் கதிர்கள்கூடத் தேவையில்லை. புற ஊதாக் கதிர்கள் ஒன்றே போதும்.

எனினும் அபூர்வமாக சிலவகை நுண்ணுயிர்கள் இந்த ஆபத்தான கதிர்களையும் தாங்கி நிற்க வல்லவை. எனவே விஞ்ஞானிகள் பலவகையான நுண்ணுயிர்களை விண்வெளிக்குக் கொண்டு சென்று இவை எந்த அளவுக்கு விண்வெளி நிலைமைகளைச் சமாளித்து நிற்கின்றன என்று ஆராய்வதில் ஈடுபட்டனர். பல ஆண்டுகளாகவே இவ்விதப் பரிசோதனைகள் நடந்து வருகின்றன.

நுண்ணுயிர்கள் எங்கிருந்தோ வருவதாக வைத்துக்கொண்டால் அவை விண்வெளியில் மிதந்து வர முடியாது. விண்வெளியில் காற்று கிடையாது. ஆனால் விண்கற்கள், வால் நட்சத்திரங்கள் ஆகியவற்றின் மூலம் இவை வர இயலும். சிறிய விண்கற்கள் ஓயாது பூமியில் வந்து விழுந்த வண்ணம் உள்ளன. இவை பூமியில் காற்று மண்டலம் வழியே பல ஆயிரம் கிலோ மீட்டர் வேகத்தில் கீழ் நோக்கி இறங்கும்போது தீப்பிடிக்கின்றன. அப்போது அவற்றில் பலவும் அழிந்து விடுகின்றன. அவற்றில் அடங்கிய நுண்ணுயிர்கள் தப்பிப் பிழைக்க வாய்ப்பு குறைவு.

இங்கு இன்னொன்றையும் கவனிக்க வேண்டும். விண்வெளி என்பது மிகச் சுத்தமான பிராந்தியம் அல்ல. விண்வெளித் தூசு நிறையவே மண்டிக் கிடக்கிறது. வால் நட்சத்திரங்கள் ஒவ்வொரு தடவையும் வரும்போது அவற்றிலிருந்து பல கோடி டன் அளவுக்கு நுண்ணிய துணுக்குகள் வெளிப்படுகின்றன. விண்கற்களிலிருந்தும் இப்படி வெளிப்படுவது உண்டு. இவ்விதமாக விண்வெளியில் துகள் கூட்டங்கள் நிறையவே உள்ளன.

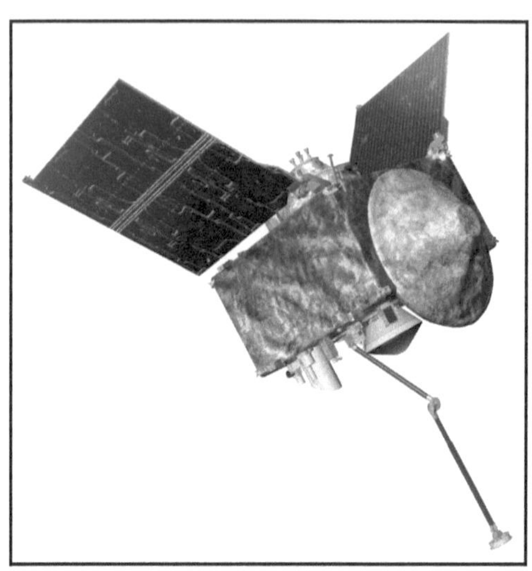

பெண்ணுவுக்குச் சென்றுள்ள விண்கலம்

சூரியனைச் சுற்றி வருகின்ற பூமியானது தனது பாதையில் இந்தத் துகள் கூட்டங்களின் ஊடே செல்வது உண்டு. அப்போது எண்ணற்ற துகள்கள் பூமியில் வந்து விழுகின்றன. இங்கிலாந்தைச் சேர்ந்த பிரபல விஞ்ஞானி பிரெட் ஹாயில், இலங்கையைச் சேர்ந்த சந்திரா விக்கிரமசிங்கே ஆகிய இருவரும் இந்தத் துகள்கள் பற்றி விரிவாகவே ஆராய்ந்தவர்கள்.

இந்தத் துகள்கள் மூலம் நுண்ணுயிர்கள் பூமிக்கு வந்து சேருவதாக இருவரும் கூறினர். அவர்கள் இத்துடன் நிற்கவில்லை. இந்தத் துகள்கள் மூலம் விண்வெளியிலிருந்து கிருமிகளும் பூமிக்கு வந்து சேருவதாக அவர்கள் கூறினர். உலகில் அவ்வப்போது ஒரே சமயத்தில் ஆங்காங்கு புளூ ஜுரம் தோன்றுவதற்கு இந்தக் கிருமிகளே காரணம் என்றும் அவர்கள் கூறினர். வேறு நோய்களும் இப்படித் தலையெடுப்பதாகவும் அவர்கள் குறிப்பிட்டனர். ஆனால் அவர்களின் இக்கருத்தை மற்ற விஞ்ஞானிகள் நிராகரித்தனர்.

விண்கற்கள், வால் நட்சத்திரங்கள் ஆகியவற்றில் கிருமிகள் இருக்கிறதோ இல்லையோ அவற்றில் நிச்சயம் உயிரினத் தோற்றத்துக்கு உதவக்கூடிய பல்வேறு அடிப்படைப் பொருள்கள்

உள்ளன. பூமியில் காணப்படுகின்ற விதவிதமான வேதியியல் மூலக்கூறுகளில் பலவும் விண்கற்களில் காணப்படுகின்றன. இது அறிவியல்பூர்வமாகக் கண்டறியப்பட்ட உண்மை.

நாம் இதுவரை பொதுவில் விண்கற்கள் என்று கூறி வந்தோம். வடிவில் பெரிய விண்கற்களை அஸ்டிராய்ட் என்று நிபுணர்கள் குறிப்பிடுகின்றனர். சூரிய மண்டலத்தில் கோடானு கோடி அஸ்டிராய்டுகள் உள்ளன. தனிப்பாதை வகுத்துக்கொண்டு சூரியனைச் சுற்றுகின்ற அஸ்டிராய்டுகள் உண்டு. பூமியை எட்டிப் பார்த்து விட்டுச் செல்கின்ற அஸ்டிராய்டுகளும் உண்டு. என்றாவது பூமியில் மோதி விடலாம் என்று சொல்லக்கூடிய அளவிலான அஸ்டிராய்டுகள் நிறையவே உள்ளன.

இந்த அஸ்டிராய்டுகள் சூரிய மண்டலம் தோன்றியபோதே உண்டானவை. பூமி தோன்றிய பின்னர் பூமியில் எவ்வளவோ மாறுதல்கள் ஏற்பட்டுவிட்டன. ஆனால் அஸ்டிராய்டுகளில் உள்ள பொருள்கள் ஆதியிலிருந்து அப்படியே உள்ளன என்று விஞ்ஞானிகள் கருதுகின்றனர்.

எனவே அஸ்டிராய்ட் ஒன்றில் அடங்கிய பொருள்களை ஆராய்ந்தால் பூமியின் தோற்றம் பற்றியும் பூமியில் உயிரினம் தோன்றியது பற்றியும் நிறைய அறிந்துகொள்ள முடியும் என்று விஞ்ஞானிகள் கருதுகின்றனர். அந்த நோக்கில் அமெரிக்காவும் சில ஐரோப்பிய நாடுகளும் அஸ்டிராய்டுகளை நோக்கி ஆய்வுக் கலங்கள் பலவற்றை அனுப்பியுள்ளன. ஜப்பானும் இத்தகைய விண்கலம் ஒன்றை அனுப்பியது.

ஐரோப்பிய விண்வெளி ஆராய்ச்சி அமைப்பு 2004 ஆம் ஆண்டில் அனுப்பிய ரோசட்டா விண்கலத்திலிருந்து சிறிய ஆய்வுக் கலம், வால் நட்சத்திரம் ஒன்றில் இறங்கி விரிவாக ஆராய்வதாக இருந்தது. ஆனால் அந்தச் சிறிய ஆய்வுக் கலம் சரியாகச் செயல் படாமல் போனதால் ஏமாற்றம்தான் மிஞ்சியது. ரோசட்டாவின் திட்டம் ஈடேறியிருந்தாலும் கூட அது வால் நட்சத்திரம் அல்லது அஸ்டிராய்ட் ஒன்றில் அடங்கிய பொருளை பூமிக்கு எடுத்துவந்து ஆராய்ச்சிக்கூடங்களில் வைத்து ஆராய்வதற்கு ஈடாகாது.

இப்பின்னணியில் அமெரிக்காவின் நாஸா அமைப்பு பென்னு என்னும் பெயர் கொண்ட அஸ்டிராய்டை நோக்கி 2016 செப்டம்பர்

மாதம் ஒரு விண்கலத்தை அனுப்பியுள்ளது. இந்த விண்கலம் அந்த அஸ்டிராய்டை 2018 ஆம் ஆண்டில் அடைந்து அங்கிருந்து சுமார் 60 கிராம் கல்லையும் மண்ணையும் அள்ளிக்கொண்டு 2023 ஆம் ஆண்டில் பூமிக்குத் திரும்பும். அந்தக் கல்லையும் மண்ணையும் ஆராய்ந்தால் பூமியின் தோற்றம் பற்றியும் பூமியில் உயிரினம் தோன்றியதில் அஸ்டிராய்டுகளுக்குப் பங்கு உண்டா என்பது பற்றியும் பல தகவல்கள் கிடைக்கும் என்று எதிர்பார்க்கப் படுகிறது.

பென்னு சென்றுள்ள விண்கலம் திரும்பும்வரை காத்திருப்போம்.